越南语课外阅读

傅成劼　咸蔓雪　编注

图书在版编目(CIP)数据

越南语课外阅读/傅成劼，咸蔓雪编注. —北京：北京大学出版社，2006.11
ISBN 978-7-301-11296-0

Ⅰ. 越… Ⅱ. ①傅…②咸… Ⅲ. 越南语－阅读教学－高等学校－教材 Ⅳ. H44

中国版本图书馆 CIP 数据核字(2006)第 137702 号

书　　　名：	越南语课外阅读
著作责任者：	傅成劼　咸蔓雪　编注
责 任 编 辑：	杜若明
标 准 书 号：	ISBN 978-7-301-11296-0/H・1711
出 版 发 行：	北京大学出版社
地　　　址：	北京市海淀区成府路 205 号　100871
网　　　址：	http://www.pup.cn
电　　　话：	邮购部 62752015　发行部 62750672　编辑部 62753374
	出版部 62754962
电 子 邮 箱：	zpup@pup.pku.edu.cn
印　刷　者：	北京虎彩文化传播有限公司
经　销　者：	新华书店
	890 毫米×1240 毫米　A5　6.625 印张　156 千字
	2006 年 11 月第 1 版　2023 年 8 月第 5 次印刷
定　　　价：	25.00 元

未经许可，不得以任何方式复制或抄袭本书之部分或全部内容。

版权所有，侵权必究　举报电话：010-62752024
电子邮箱：fd@pup.pku.edu.cn

说 明

本书是《越南语教程》（1—4 册）（北京大学出版社 2005 年出版）的配套教材，主要供高等院校越南语专业一、二年级的学生课外阅读使用，目的是进一步巩固、消化课堂所学内容，扩大知识面，提高自由阅读越语文章的能力。自学者也可以通过本教材扩大词汇量。

书中的文章选自越南对外越语教学的教材、越南普通学校（相当于我国的中小学）的语文教科书以及科普读物，在此不一一列举书名。我们谨对所参考材料的作者和编者表示衷心的感谢。为了适应学生的越语水平，选用时作了必要的删节和改写。

为了便于学生阅读，每篇文章后列出生词表，对文中的难点加以注释。作为一本课外阅读教材，以学生自学为主，教师可以适当加以辅导。

书中疏漏和不妥之处，望读者批评指正。

编 者
2005 年 6 月

目 录

BÀI 1　VIỆT NAM-VÀI NÉT KHÁI QUÁT 1
　　　　越南简况

BÀI 2　MUA BÁN Ở HÀ NỘI 6
　　　　河内购物

BÀI 3　THƯ VIỆN QUỐC GIA VIỆT NAM 9
　　　　越南国家图书馆

BÀI 4　TRUYỆN VUI 12
　　　　笑话三则

BÀI 5　MÚA RỐI NƯỚC 16
　　　　水上木偶戏

BÀI 6　NGÀY LỄ, TẾT CỔ TRUYỀN VIỆT NAM 20
　　　　越南传统节日

BÀI 7   MỘT VÀI THÀNH TỰU VỀ Y TẾ CỦA VIỆT NAM 23
         越南医疗的成就

BÀI 8   TRUYỆN VUI 26
         笑话三则

BÀI 9   TẾT NGUYÊN ĐÁN 30
         春　节

BÀI 10   DI SẢN KIẾN TRÚC HÀ NỘI 33
         河内古建筑

BÀI 11   SỰ TÍCH BÁNH CHƯNG BÁNH GIẦY 37
         粽子和糍粑的传说

BÀI 12   TRUYỆN VUI 40
         笑话三则

BÀI 13   CHÈO, TUỒNG VÀ CẢI LƯƠNG 43
         嘲剧、呶剧和改良剧

BÀI 14   NHỮNG NƠI DU LỊCH 46
         旅游胜地

目 录

BÀI 15 TRĂM TRỨNG NỞ TRĂM CON 49
百蛋生百男的传说

BÀI 16 TRUYỆN VUI 53
笑话二则

BÀI 17 VÀI ĐIỀU VỀ DU LỊCH TẠI VIỆT NAM 56
在越南旅游

BÀI 18 QUẢNG CÁO VÀ THÔNG BÁO 60
广告、启事

BÀI 19 ĐỜI SỐNG BÌNH DÂN 64
百姓生活

BÀI 20 TRYUỆN VUI 68
笑话二则

BÀI 21 HÀNG KHÔNG 72
航 空

BÀI 22 BỘ LÔNG RỰC RỠ CỦA CHIM THIÊN ĐƯỜNG 76
极乐鸟的漂亮羽毛

BÀI 23　HỘI CHÙA HƯƠNG 79
　　　　香迹寺庙会

BÀI 24　TRUYỆN VUI 83
　　　　笑话四则

BÀI 25　LỜI NÓI CHẲNG MẤT TIỀN MUA 87
　　　　好言好语

BÀI 26　CON CÁO VÀ TỔ ONG 90
　　　　狐狸和蜂巢

BÀI 27　BỨC THƯ GỬI ANH Ở NƠI XA 95
　　　　寄远方兄长

BÀI 28　GIỜ RA CHƠI 99
　　　　课　间

BÀI 29　KHÔNG KHÍ TRONG LÀNH 103
　　　　纯净的空气

BÀI 30　TẾT TRUNG THU 107
　　　　中秋节

BÀI 31　MỘT BUỔI XEM XIẾC 112
　　　　看杂技

目 录

BÀI 32　BAY LÊN CÁC VÌ SAO 115
飞向太空

BÀI 33　HỘI ĐUA VOI MỪNG XUÂN Ở TÂY NGUYÊN............119
西原迎春赛象

BÀI 34　TỪ HAI BÀN TAY 122
双手创造一切

BÀI 35　QUẢ TIM CỦA KHỈ 125
猴子的心

BÀI 36　CÂU CHUYỆN DẦU MỎ 129
石油的故事

BÀI 37　ĐỜI NGƯỜI LÀ VẬY ĐÓ 136
人生就是这样

BÀI 38　MÓN QUÀ QUÝ NHẤT 140
最珍贵的礼物

BÀI 39　AI QUAN TRỌNG NHẤT 143
谁最重要

BÀI 40　SỐNG DAI NHƯ CỎ CÚ 147
　　　　顽强生存的小草

BÀI 41　MỘT VIỆN HÀN LÂM KHÁC THƯỜNG 151
　　　　不同寻常的科学院

BÀI 42　MƯA RÀO 155
　　　　阵　雨

BÀI 43　BỐN MÙA Ở VIỆT NAM 158
　　　　越南四季

BÀI 44　NHỮNG CHÂN TRỜI MỚI 162
　　　　新领域

BÀI 45　TÂY NGUYÊN HÙNG VĨ 166
　　　　雄伟的西原

BÀI 46　VÌ SAO HOA HỒNG CÓ GAI ? 172
　　　　玫瑰花为什么带刺？

BÀI 47　CÂU CHUYỆN VỀ CON QUÁI VẬT ĂN
　　　　MẤT MẶT TRĂNG 175
　　　　吃掉月亮的怪物

| 目　录 | 7 |

BÀI 48　THĂM BIỂN **179**
　　　　观　海

BÀI 49　SÔNG HỒNG **184**
　　　　红　河

BÀI 50　CHUYÊN GIA TỰ ĐỘNG **190**
　　　　自动化专家

BÀI 51　HÀ NỘI, HUẾ, SÀI GÒN **195**
　　　　河内、顺化、西贡

BÀI 1 VIỆT NAM - VÀI NÉT KHÁI QUÁT
越南简况

Việt Nam! Hai tiếng vang lên biết bao khích lệ và tự hào. Đó là một miền đất được thiên nhiên ưu đãi nhưng cũng nhiều thiên tai khác nghiệt. Đó là một dân tộc đã chịu nhiều đau thương nhưng cũng chiến đấu kiên cường để giành quyền được sống trong độc lập tự do và hạnh phúc.

1. Về thời tiết và khí hậu. Là một đất nước nằm trong vùng nhiệt đới. Miền Bắc có 4 mùa rõ rệt: Mùa xuân với mưa phùn, ẩm ướt, cây cối tốt tươi. Mùa hè khí hậu nóng bức, lắm mưa nhiều bão. Mùa thu thường được coi là mùa đẹp nhất trong năm. Khí hậu ôn hòa, trời trong xanh, gió nhẹ. Mùa đông thường có gió mùa đông bắc nên trời lạnh, rét.

2. Về tài nguyên. Việt Nam có bờ biển dài 3250 km. Dọc bờ biển từ Trà Cổ tới Hà Tiên[1] có nhiều cảnh quan thiên nhiên đẹp tuyệt vời: Vịnh Hạ Long, bãi biển Nha Trang, Vũng Tầu... vừa là những danh thắng vừa là nơi nghỉ mát nổi tiếng.

Biển có nhiều hải sản quý như tôm, cá, biển còn cung cấp nhiều khoáng sản đáy biển như dầu khí, mỏ quặng; đồng thời biển Việt Nam nằm ở vị trí giao thông thuận lợi, có đường biển nối liền châu Á, châu Âu...

Rừng núi Việt Nam chiếm 2/3 ² lãnh thổ. Núi chạy từ bắc đến nam Trung Bộ với biết bao hang động đẹp như Hương Tích, Phong Nha. Rừng cho nhiều lâm sản quý như các loại gỗ, các loài thú và nhiều sản vật khác.

3. Về dân tộc và ngôn ngữ. Trên đất nước Việt Nam hiện có 54 dân tộc, đa số là người Việt (cũng gọi là người Kinh). Dân số cả nước hơn 90 triệu người. Ngôn ngữ chung là tiếng Việt. Tiếng Việt có 3 phương ngôn lớn: tiếng miền Bắc, tiếng miền Trung và tiếng miền Nam. Tuy phát âm có khác nhau nhưng không gây cản trở trong giao tiếp. Người miền Bắc nói, người miền Trung, miền Nam vẫn hiểu được và ngược lại.

4. Về tổ chức hành chính. Đơn vị hành chính của nước Việt Nam là: nhà nước, trong nhà nước có các tỉnh và thành phố trực thuộc, dưới tỉnh và thành phố trực thuộc là huyện (ở nông thôn) và quận (ở thành phố), dưới huyện, quận là xã và phường. Xã, phường là đơn vị hành chính cơ sở. Các thành phố trực thuộc là Hà Nội, Hải Phòng, Đà Nẵng, Cần Thơ và thành phố Hồ Chí Minh. ³ Hà Nội là thủ đô của Việt Nam.

生　词

khái quát	概括	thiên nhiên	大自然
biết bao	多么	ưu đãi	优待
khích lệ	激励, 激动	thiên tai	天灾, 自然灾害
tự hào	自豪	khắc nghiệt	苛刻, 严酷
được	得到	đau thương	痛苦

chiến đấu	战斗		bãi	滩，场
kiên cường	坚强		Nha Trang	芽庄（地名）
quyền	权，权利		Vũng Tàu	头顿（地名）
sống	生存，生活		danh thắng	名胜
độc lập	独立		hải sản	海产
tự do	自由		tôm	虾
đất nước	国家，国土		cá	鱼
nằm	处于，位于		cung cấp	供给
xuân	春		đáy	底
mưa phùn	蒙蒙雨		dầu khí	石油和天然气
tốt tươi	葱郁		mỏ quặng	矿产
hè	夏		đồng thời	同时
nóng bức	炎热		giao thông	交通
lắm	多		nối liền	连接
bão	风暴，台风		châu Á	亚洲
coi	看作		châu Âu	欧洲
nhẹ	轻		chiếm	占据
dài	长		lãnh thổ	领土，国土
km (ki-lô-mét)	公里		chạy	延伸
dọc	沿着		Trung Bộ	中部
Trà Cổ	茶古（地名）		hang động	岩洞
Hà Tiên	河仙（地名）		Hương Tích	香迹洞
cảnh quan	景观，景点		Phong Nha	丰芽洞
tuyệt vời	绝顶		lâm sản	林产
Vịnh Hạ Long	下龙湾（地名）		loại	类别

gỗ	木材	hành chính	行政
loài	种类	đơn vị	单位
thú	兽	nhà nước	国家
sản vật	物产	tỉnh	省
khác	其他，不同	trực thuộc	直属
ngôn ngữ	语言	huyện	县
đa số	大多数	nông thôn	农村
Kinh	京族	quận	区，郡
dân số	人口	xã	乡
phương ngôn	方言	phường	小区
miền Trung	中部	cơ sở	基层
miền Nam	南方	Hà Nội	河内（地名）
tuy	虽然	Hải Phòng	海防（地名）
gây	造成	Đà Nẵng	岘港（地名）
cản trở	障碍，阻碍	Cần Thơ	芹苴（地名）
giao tiếp	交际	thành phố Hồ Chí Minh	胡志明市（地名）
ngược lại	反之亦然		

注释

1. Trà Cổ, Hà Tiên：茶古位于越南北方的广宁省，是越南海岸线的起点；河仙位于南方的坚江省，是越南海岸线的终点。

2. 2/3：读为 hai phần ba。越南语分数读法和汉语相反，先读分子，后读分母。

3. 越南现有 5 个直辖市，其中河内和海防在北部；岘港在中部，是越南重要港口和中部经济中心；芹苴和胡志明市在南部，芹苴市原为南部平原中心芹苴省的省会，2004年升格为直辖市。

BÀI 2   MUA BÁN Ở HÀ NỘI
河内购物

Hà Nội là trung tâm văn hóa, chính trị của cả nước. Hà Nội cũng là một trung tâm thương mại.

Bạn có thể mua bán ở nhiều nơi.

Hà Nội có nhiều nơi mua bán rất thuận tiện: cửa hàng thực phẩm hoặc ở chợ. Thực phẩm và rau quả ở Việt Nam rất phong phú. Bạn có thể mua: thịt gà, thịt lợn, thịt bò, tôm, cua, cá... Việt Nam là một nước nhiệt đới với 4 mùa thay đổi, mỗi mùa đều có những loại hoa quả khác nhau: mùa xuân có hồng xiêm, nho, táo...mùa thu, mùa đông có cam, quýt, bưởi. Người ta có thể mua quần áo, giầy dép, đồ điện ở các cửa hàng 12 Bờ Hồ, Cửa Nam, phố Huế[1]...

Ngoài ra, Hà Nội còn có nhiều cửa hàng lưu niệm cho khách nước ngoài hoặc Việt kiều về thăm quê hương. Trung tâm thương mại Tràng Tiền Plaza là một trong những cửa hàng lớn nhất ở Hà Nội. Cửa hàng này bán đủ thứ hàng hóa. Cửa hàng có nhiều gian: gian đồ điện; gian quần áo người lớn và trẻ con đủ các loại, các cỡ; gian giầy dép; gian bán văn phòng phẩm như: giấy, bút, vở học sinh. Còn có cả một gian đồ chơi trẻ con.

Bạn có thể lựa chọn những thứ hợp với ý thích của bạn. Hàng hóa tốt và rẻ hơn ở những nơi khác, những người bán hàng rất niềm nở và giúp bạn chọn hàng.

Đường đi tới cửa hàng này cũng rất dễ vì nó ở trung tâm Hà Nội, đối diện với Hồ Gươm[2]. Chúc bạn mua được những mặt hàng đẹp, vừa ý.

生 词

bán	卖	quýt	橘子
chính trị	政治	bưởi	柚子
thương mại	商业，贸易	người ta	人们
thuận tiện	方便	dép	凉鞋，拖鞋
thực phẩm	副食品	đồ điện	电器
hoặc	或者	Bờ Hồ	湖滨（地名）
rau quả	蔬菜瓜果	Cửa Nam	南门（地名）
gà	鸡	phố Huế	顺化街
lợn	猪	ngoài ra	此外
bò	黄牛	lưu niệm	纪念，留念
cua	螃蟹	khách	客人
thay đổi	变化	nước ngoài	外国
hồng xiêm	人参果	Việt kiều	越侨
nho	葡萄	quê hương	家乡，故乡
táo	枣	trung tâm	中心
cam	柑子	thương mại	商业

Tràng Tiền	钱场街（地名）	lựa chọn	选择，挑选
gian	间（商场货区或展馆展厅的单位）	hợp	符合
		ý	意思，意愿
		rẻ	便宜
trẻ con	儿童，小孩	dễ	容易
cỡ	规格，尺寸	đối diện	相对，对面
văn phòng phẩm	文具	Hồ Gươm	还剑湖
vở	笔记本，练习本	mặt hàng	商品
đồ chơi	玩具	vừa ý	满意

注释

1. Bờ Hồ, Cửa Nam, phố Huế：河内的几条街道名。
2. Hồ Gươm：也称 Hồ Hoàn Kiếm，即还剑湖，位于河内市中心，是河内的著名景点，周围是河内市中心商业区。

BÀI 3   THƯ VIỆN QUỐC GIA VIỆT NAM
   越南国家图书馆

Tiền thân của Thư viện Quốc gia Việt Nam là thư viện Piere Pasquier[1], thành lập từ 1919, sau đổi tên thành Thư viện Trung ương. Năm 1957 Thủ tướng Chính phủ quyết định thành lập Thư viện Quốc gia. Năm 1954 chỉ có 18 vạn bản sách báo, hiện nay Thư viện có số lượng sách báo lớn nhất trong cả nước gồm hơn 1 triệu bản sách, vi phim và 7 ngàn tên báo, tạp chí trong và ngoài nước. Thư viện tiến hành trao đổi sách báo quốc tế với hơn 300 thư viện và cơ quan khoa học lớn của gần 100 nước trên thế giới. Nhờ đó, thư viện đã thu thập được hàng chục vạn tài liệu tiếng nước ngoài có giá trị của các tổ chức quốc tế, các nhà khoa học nổi tiếng thế giới.

Thư viện Quốc gia Việt Nam là một trung tâm phục vụ nghiên cứu khoa học, ở đây có rất nhiều phòng: phòng đọc, phòng tổng hợp, phòng tra cứu, phòng đọc báo, phòng tạp chí, phòng chiếu video. Các giáo sư, cán bộ khoa học, sinh viên thường đến đây để tra cứu, tìm tài liệu cho việc nghiên cứu khoa học. Hàng ngày, thư viện mở cửa từ 8 giờ sáng đến 8 giờ tối, kể cả chủ nhật.

Số độc giả thường xuyên của thư viện cho đến nay hàng năm khoảng 5000 đến 7000 người. Hàng ngày, thư viện phải phục vụ gần

1000 lượt độc giả.

Liên Hợp Quốc đã công nhận đây là thư viện lớn nhất Đông Dương.

Thư viện Quốc gia ở số 31 phố Tràng Thi, Hà Nội.

生　词

tiền thân	前身	quốc tế	国际
quốc gia	国家	cơ quan	机关
thành lập	成立	khoa học	科学
gọi là	叫做，称为	thu thập	收集
sau	后来	hàng	成，上（指数量）
đổi	改为		
Trung ương	中央	chục	十
Thủ Tướng	总理，首相	tài liệu	材料，资料
Chính phủ	政府	giá trị	价值
quyết định	决定	nhà khoa học	科学家
bản	册，版	nghiên cứu	研究
số lượng	数量	tra cứu	查找，查考
gồm	包括	video (viđêô)	录像，录像机
vi phim	缩微胶卷	giáo sư	教授
tạp chí	杂志	cán bộ	干部
tiến hành	进行	tìm	寻找
trao đổi	交换，交流	kể cả	包括……在内

số	数量	Liên Hợp Quốc	联合国
độc giả	读者	công nhận	公认,确认
hàng năm	每年	Đông Dương	印度支那
lượt	次	phố Tràng Thi	长诗街

注释

1. Piere Pasquier：巴埃尔·巴斯基埃，曾任法国驻印度支那总督。越南国家图书馆的前身以此命名。

BÀI 4   TRUYỆN VUI
笑话三则

I. CHÁY

Người bố phải về quê, dặn con:

—Ở nhà có ai hỏi bố thì bảo bố đi về quê.

Nhưng sợ con quên, người bố viết vào một tờ giấy đưa cho con và nói: Khi nào có người hỏi thì đưa cái giấy này ra nhé.

Cả ngày không có ai hỏi. Tối, con lấy tờ giấy ra đọc bên cạnh ngọn đèn. Không may tờ giấy bị cháy.

Hôm sau, có người đến và hỏi:

—Bố cháu có ở nhà không?

Đứa bé trả lời:

—Mất rồi!

Người khách rất ngạc nhiên, hỏi:

—Mất bao giờ?

Nó đáp:

—Tối hôm qua.

—Vì sao mất?

—Cháy.

II. MUỐN BIẾT MẤY GIỜ

Có một thanh niên được mời đến nhà một người bạn ăn cơm. Sau khi ăn xong, anh thanh niên nói với bạn:

— Mình phải về cơ quan. Mấy giờ rồi?

Người bạn đứng dậy, đi ra sân, nhìn trời rồi nói:

— Một giờ rưỡi.

Anh thanh niên hỏi bạn:

— Sao cậu biết bây giờ là 1 giờ 30? Cậu không có đồng hồ à?

— Không! Mình không tin đồng hồ. — Người bạn trả lời.

— Cậu xem mặt trời để biết giờ. Nhưng ban đêm không có mặt trời, làm thế nào cậu biết được là mấy giờ?

— Mình đã có cái kèn. — Người bạn trả lời.

Anh thanh niên ngạc nhiên, hỏi:

— Mình không hiểu. Cái kèn có liên quan gì với cái đồng hồ?

Người bạn nói:

— Có. Ban đêm, muốn biết mấy giờ mình chỉ cần thổi kèn, thổi thật to.

Và anh giải thích:

— Lúc đó chắc chắn sẽ có một người hàng xóm nào đó mở cửa sổ và hét lên: Mới 3 giờ sáng mà người nào đã thổi kèn ầm ĩ thế?

III. NHÀ KHOA HỌC VÀ NGƯỜI LÁI ĐÒ

Có một nhà khoa học rất giỏi. Lĩnh vực khoa học nào ông cũng nổi tiếng: toán học, vật lý, sử học, v. v...

Một hôm, đi trên một con đò qua sông, nhà khoa học hỏi người lái đò:

— Anh có biết toán học không?

— Dạ, tôi không biết toán học là gì.

— Ôi đáng tiếc, nếu thế thì anh đã mất 1/4 cuộc đời rồi.

— Thế anh có biết vật lý không?

— Dạ, cũng không biết.

— Ồ, thế thì anh mất 1/2 cuộc đời.

— Vậy, anh có biết sử học không?

— Dạ, tôi chưa bao giờ nghe nói đến sử học.

— Thế à? Thế thì anh đã mất tới 3/4 cuộc đời rồi còn gì[1].

Đúng lúc đó, bão nổi lên, mưa to gió lớn, con thuyền sắp bị chìm. Người lái đò hỏi nhà khoa học:

— Thưa ông! Ông có biết bơi không ạ?

— Ôi! Tôi không biết bơi.

Người lái đò liền nói:

— Nếu thế thì ông sắp mất cả cuộc đời rồi.

生　词

cháy	烧	tờ	张
con	子女	bên cạnh	旁边
quên	忘记	ngọn	盏

BÀI 4 TRUYỆN VUI

cháu	侄	hàng xóm	街坊，邻里
đứa bé	小孩	nào đó	某个
mất	丢失，死去	hét	喊叫
ngạc nhiên	愕然	âm ĩ	喧闹
đáp	回答	lái	驾驶
vì sao	为什么	đò	渡船
thanh niên	青年	lĩnh vực	领域
sao	怎样，为什么	toán học	数学
cậu	（年轻人之间的昵称，第二人称）	vật lý	物理
		sử học	史学
		ôi	啊（叹词）
tin	相信	đáng	应当，值得
mặt trời	太阳	tiếc	可惜
ban đêm	夜晚	nổi	发生
kèn	喇叭	thuyền	船
liên quan	关联，关系	chìm	下沉
giải thích	解释	bơi	游泳
chắc chắn	肯定，一定	liền	立即

注释

1. ... còn gì：放在句末，用疑问形式表示肯定的句式。

BÀI 5   MÚA RỐI NƯỚC[1]
水上木偶戏

Cảnh tượng quanh ao làng thật là náo nhiệt. Nơi đây, thường ngày rất yên tĩnh nhưng hôm nay bỗng rộn rã tiếng trống, tiếng chiêng cùng âm thanh của vài ba nhạc cụ dân tộc khác như tiếng sáo, tiếng nhị... Khán giả đứng rất đông ở trên bờ ao. Tiếng trống trở nên rộn rã hơn. Buổi biểu diễn bắt đầu. Một con rối bằng gỗ, lớn bằng một em bé dăm tuổi, đôi mắt tinh nghịch, nét mặt tươi cười, mặc chiếc áo không ống tay, không cài khuy để hở cái bụng ... chú cất tiếng hát...

Hát xong, chú tiến lại bánh pháo treo trên một cây sào cắm ở giữa ao và châm lửa. Pháo nổ ran mặt nước... Một con rồng lướt trên mặt nước. Hai con lân tranh nhau một quả cầu lụa theo nhịp trống do một con rối đánh. Một con chim hạc xòe hai cánh mổ lên cổ một con rùa đang bơi. Sau những tiết mục ấy, một ông già xuất hiện. Ông câu cá. Một lúc sau, ông câu được một con cá to. Con cá giãy giụa làm nước bắn lên tung tóe.

Đó là cảnh tượng một buổi biểu diễn múa rối nước ở nông thôn Việt Nam, một đỉnh cao của nghệ thuật biểu diễn nói chung và nghệ thuật múa rối nói riêng.

Trên thế giới có nhiều loại múa rối, được xếp loại theo phương thức hoạt động như rối tay, rối que, rối dây v.v... Múa rối nước Việt Nam không nằm trong các thể loại đó, bởi nó mang những nét khá độc đáo; người điều khiển phải ngâm mình dưới nước. Bên trên, ngay cạnh đó là các nhạc công và các ca sĩ, khuôn mặt và y phục của các con rối mang những nét đặc trưng của Việt Nam và chủ đề các tiết mục đều lấy từ lịch sử Việt Nam hoặc từ đời sống nông thôn Việt Nam.

Múa rối nước là món ăn tinh thần có trong nhân dân ta từ ngàn xưa cho đến ngày nay.

生 词

múa rối nước	水上木偶戏	nhị	胡琴
cảnh tượng	景象	khán giả	观众
quanh	四周	trở nên	变成
ao	池塘	con rối	木偶
làng	村	dăm	五左右（约数）
rộn rã	热闹	đôi	双，对
trống	鼓	tinh nghịch	鬼机灵
chiêng	锣	nét mặt	面容，面部表情
âm thanh	声音	tươi cười	笑逐颜开
vài ba	三五个	ống tay	衣袖
nhạc cụ	乐器	hở	露出
sáo	笛	chú	小家伙

cất tiếng	放声	câu	垂钓
tiến	前进，向前	giãy giụa	挣扎
bánh	一封，一包	bắn	射出
pháo	爆竹	tung tóe	四溅
sào	竹竿	đỉnh cao	高峰
cắm	插	nghệ thuật	艺术
châm	点燃	nói chung	一般的说，总括而言
lửa	火		
nổ	爆炸	nói riêng	仅就……而言
ran	响彻	xếp loại	分类
rồng	龙	phương thức	方式
lướt	掠过	hoạt động	活动
lân	麒麟	rối tay	手托木偶
tranh	争夺	rối que	杖头木偶
cầu	球	rối dây	提线木偶
lụa	丝绸	thể loại	种类，门类
nhịp	节拍	bởi	因为
đánh	击打	mang	带有
chim hạc	鹤	độc đáo	独特，独到
xòe	展开	điều khiển	操纵，控制
cánh	翅膀	ngâm	浸，泡
mỏ	啄	ngay	就在
cổ	脖子	cạnh	旁边
già	年老	nhạc công	乐手
xuất hiện	出现	ca sĩ	歌手

khuôn mặt	面庞，脸形	lịch sử	历史
y phục	服装	món ăn	菜肴
đặc trưng	特征	ngàn xưa	上千年以前
chủ đề	主题	ngày nay	现在，今天
hoạt động	活动		

注释

1. múa rối nước：水上木偶戏，是越南特有的民间表演艺术。

BÀI 6 NGÀY LỄ, TẾT CỔ TRUYỀN VIỆT NAM
越南传统节日

Dân tộc Việt Nam có nhiều ngày lễ, tết cổ truyền. Ngày tết cổ truyền lớn nhất là Tết Nguyên đán được tổ chức hàng năm vào ngày mồng 1 âm lịch, còn có nhiều ngày lễ, tết truyền thống khác. Nếu bạn có dịp sống ở Việt Nam lâu, bạn sẽ được tham dự và có điều kiện để tìm hiểu thêm về phong tục, tập quán của dân tộc Việt Nam. Xin giới thiệu với bạn một số ngày lễ đó.

Tết Thanh minh được tổ chức vào ngày 3-3 âm lịch. Tết Thanh minh có nguồn gốc từ Trung Quốc. Vào ngày này, nhân dân làm các loại bánh như bánh trôi, bánh chay để cúng gia tiên. Buổi sáng, họ thường tổ chức đi thăm viếng, sửa sang lại mộ chí những người thân đã mất (gọi là lễ tảo mộ).

Tết Trung nguyên (rằm tháng 7) được tổ chức vào ngày 15 tháng 7 âm lịch. Rằm tháng 7 còn được gọi là ngày "xá tội vong nhân". Đối với người Việt Nam, tết Trung nguyên mang ý nghĩa thiêng liêng. Đây là một dịp để mọi người tưởng nhớ đến công ơn của người đã mất.

Sau tết Trung nguyên là tết Trung thu (rằm tháng 8 âm lịch) còn gọi là ngày tết trẻ em. Trong mỗi gia đình, bố mẹ thường chuẩn bị hoa quả, bánh kẹo cho con cái mình. Mâm ngũ quả[1], bánh nướng, bánh dẻo… là những thứ không thể thiếu được trong mâm cỗ của các cháu. Họ thường bày cỗ ra giữa sân, trẻ con quây quần xung quanh trông trăng và vui chơi. Các cháu thường chơi trò múa rồng, múa sư tử, rước đèn ông sao… và đợi đến giờ phút trang trọng để phá cỗ. Rằm tháng 8 ở Việt Nam thực sự là một ngày hội của trẻ em.

Dân tộc Việt Nam có một ngày lễ tết khác, đó là tết Độc lập - ngày Quốc khánh của dân tộc (ngày 2-9). Hàng năm, đến ngày 2-9 toàn thể nhân dân Việt Nam ai cũng nô nức chào mừng ngày tết Độc lập. Họ xuống đường mít tinh, treo cờ… để thể hiện tình cảm cũng như niềm tự hào của mình trước ngày vui lớn của dân tộc.

生 词

ngày lễ	节日	tập quán	习惯
tết	节日	một số	一些
cổ truyền	古传，传统	tết Thanh minh	清明节
Tết Nguyên đán	春节	nguồn gốc	根源，起源
mồng	初	bánh trôi	元宵
âm lịch	阴历	bánh chay	汤团
dịp	机会	cúng	供奉，祭祀
lâu	久	gia tiên	祖先
tham dự	参加	thăm viếng	凭吊，探访
tìm hiểu	了解	sửa sang	修整
phong tục	风俗	mộ chí	墓志

người thân	亲人	thiếu	缺少
tảo mộ	扫墓	cỗ	宴席
tết Trung nguyên	中元节	trò	游戏
xá tội	赦罪	sư tử	狮子
vong nhân	亡人	rước đèn	提灯会
đối với	对于	sao	星星
ý nghĩa	意义	trang trọng	庄严，庄重
thiêng liêng	神圣	phá cỗ	开宴
tưởng nhớ	悼念，怀念	thực sự	真正
công ơn	恩德，恩情	ngày hội	节日
tết Trung thu	中秋节	Quốc khánh	国庆
trẻ em	儿童	toàn thể	全体
chuẩn bị	准备	nô nức	踊跃
con cái	子女	chào mừng	欢庆，庆祝
mâm	大盘子	mít tinh	集会
ngũ quả	五果，鲜果	thể hiện	体现
bánh nướng	月饼	tình cảm	情感
bánh dẻo	糯米软糕	niềm	心情，情怀
thứ	种，类	trước	面对，面临
không thể	不能		

注释

1. mâm ngũ quả：用各种水果装饰而成的大果盘，越南家庭过年、过节时摆在家里的供桌上。

BÀI 7   MỘT VÀI THÀNH TỰU VỀ
Y TẾ CỦA VIỆT NAM
越南医疗的成就

Hiện nay Việt Nam đã tổ chức được một mạng lưới y tế rộng khắp trong cả nước. Một đội ngũ thầy thuốc đông đảo bao gồm hàng vạn bác sĩ, y tá... đang làm việc ở khắp nơi, từ các bệnh viện lớn ở các thành phố đến các trạm y tế ở các làng, xã từ miền xuôi đến miền ngược[1]. Trung bình cứ một vạn người dân thì có một thầy thuốc. Hàng năm, hàng chục triệu người đã được khám và chữa bệnh. Nhiều dịch bệnh nguy hiểm đã bị tiêu diệt hoặc đẩy lùi như bệnh sốt rét, bệnh lao, bệnh dịch hạch v.v... Cùng với việc chữa bệnh theo tây y, việc chữa bệnh theo đông y, hoặc đông tây y kết hợp như châm cứu, xoa bóp, khí công đang được áp dụng rộng rãi.

Miền Bắc Việt Nam có 3 trường đại học y khoa, một trường đại học dược khoa và nhiều trường trung cấp y. Hàng năm có hàng nghìn sinh viên tốt nghiệp. Họ là những bác sĩ, y sĩ, y tá. Sau khi tốt nghiệp, họ đến công tác tại các bệnh viện khắp nơi trong nước.

Tỷ lệ tử vong giảm, tuổi thọ của nhân dân được nâng cao.

Bên cạnh các bệnh viện đa khoa còn có các bệnh viện chuyên khoa và các viện nghiên cứu: Bệnh viện K (ung thư), Viện mắt, Viện tai-mũi-họng, Viện sản. Ngành y học dân tộc cũng phát triển mạnh, nhất là trong mấy năm gần đây. Trung tâm Y học Dân tộc Việt Nam cũng đã được thành lập.

Không chỉ chú ý đến chữa bệnh, Việt Nam còn đặc biệt chú ý đến phòng bệnh và từng bước nâng cao đời sống vật chất và văn hóa cho nhân dân.

生　词

thành tựu	成就	tiêu diệt	消灭
y tế	医疗	đẩy lùi	抑制，控制
mạng lưới	网	sốt rét	疟疾
rộng khắp	广泛	lao	结核病
đội ngũ	队伍	dịch hạch	鼠疫
thầy thuốc	医生，大夫	tây y	西医
đông đảo	众多	đông y	中医，东医
bao gồm	包括	kết hợp	结合
trạm y tế	医疗站	châm cứu	针灸
miền xuôi	平原地区	xoa bóp	按摩
miền ngược	山区	khí công	气功
cứ	每到，每逢	áp dụng	应用
dân	群众，民众	y khoa	医科
dịch bệnh	疫病，疫症	dược khoa	药科
nguy hiểm	危险	trung cấp	中级

tỷ lệ	比例，率	Bệnh viện K	
tử vong	死亡	(ung thư)	肿瘤医院
giảm	下降，减少	Viện sản	产科研究院
tuổi thọ	寿命	y học	医学
nâng cao	提高	phát triển	发展
bên cạnh	与……并存，	gần đây	最近
	与……同时	đặc biệt	特别
đa khoa	多科，综合	phòng bệnh	预防疾病
chuyên khoa	专科	vật chất	物质
viện nghiên cứu	研究院		

注释

1. miền xuôi, miền ngược: xuôi 原义为"顺（流）", ngược 原义为"逆（流）", miền xuôi 指"顺流而下的地方", 即平原, miền ngược 即山区。

BÀI 8   TRUYỆN VUI
笑话三则

I. TREO BIỂN

Ở phố nọ có một cửa hàng bán cá, trước cửa treo tấm biển, trên đó viết: "Ở đây bán cá tươi".

Một hôm, có một người khách đến mua cá. Mua xong, người khách nói: Trên tấm biển này nên bỏ chữ "tươi" đi vì chẳng lẽ bán cá ươn hay sao? Chủ hiệu thấy người khách nói có lý bèn bỏ chữ "tươi", trên tấm biển chỉ còn "ở đây bán cá".

Mấy hôm sau, có một người khách khác đến mua cá. Mua xong, người khách nói: Chưa đến đầu phố đã ngửi thấy mùi cá, ai cũng biết ở đây bán cá, vì thế nên bỏ chữ "ở đây" đi. Chủ hiệu thấy người khách nói có lý bèn bỏ chữ "ở đây", trên tấm biển chỉ còn "bán cá".

Mấy hôm sau, lại có một người khách đến mua cá. Người khách đọc tấm biển thấy có hai chữ bán cá thì ngạc nhiên và nói với chủ hiệu: Cá bày ra chẳng lẽ để xem hay sao? Nên bỏ chữ "bán" đi! Chủ hiệu thấy người khách nói cũng có lý lại bỏ chữ "bán". Bây giờ trên tấm biển chỉ còn chữ "cá". Chủ hiệu nghĩ chắc chẳng còn ai góp ý nữa.

Nhưng, một hôm, có một ông khách đến mua cá, nhìn tấm biển,

ông khách cười và nói với chủ hiệu: Chẳng lẽ người ta không biết đây là con cá hay sao mà ông phải đề chữ "cá"? Nghe nói vậy, chủ hiệu liền cất tấm biển đi.

II. RẼ THẲNG

Ông khách đi xe đạp đến đầu làng thì gặp một lối rẽ, không biết phải đi thẳng hay rẽ, ông ngồi trên yên hỏi một bà bên đường.

—Tôi về xóm Thượng thì rẽ đường nào hả bà?

Bà ta trả lời ngay:

—Rẽ thẳng!

Nghi ngờ, ông xuống xe hỏi lại:

—Rẽ hay đi thẳng hả bà?

—Đi thẳng!

Ông khách bực mình:

—Sao vừa rồi bà không bảo đi thẳng, để tôi phải xuống xe?

Bà thản nhiên trả lời:

—Ông hỏi rẽ chứ ông có hỏi đi đâu![1]

III. TÀI NẤU ĂN

Con dâu mới về nhà chồng, muốn tỏ cho bố chồng biết tài nấu ăn của mình, sáng sớm mồng một Tết[2] cô đã xuống bếp hì hụi bỏ xà lách vào nồi để luộc. Bố chồng thấy thế bèn hỏi thử cô con dâu:

—Luộc xà lách xong con nấu gì?

—Dạ, con sẽ đun lại nồi thịt đông cho nóng ạ.

生 词

biển	牌匾	yên	坐垫
nọ	某个，那个	lối	道路
tươi	新鲜	bên	旁边
hôm	天	bà	对中年妇女的称呼
bỏ	去掉		
chữ	字	Thượng	上
chẳng lẽ… hay sao	难道……吗？	xóm	屯
		nghi ngờ	怀疑
ươn	腐臭，不新鲜	ngay	立即
chủ	主人，老板	thản nhiên	坦然
hiệu	商店	bực mình	恼火
có lý	有理	vừa rồi	刚才
ngửi	闻	chứ	而
bèn	便	đâu	哪里
bày	陈列	tài	才能，本事
mùi	味	nấu ăn	烹饪
cất	收藏	con dâu	儿媳
góp ý	提意见，出主意	chồng	丈夫
thẳng	直	tỏ	显示，表现
rẽ	拐弯	cô	对年轻女子的称呼
gặp	碰到，遇见		
xe đạp	自行车	bếp	厨房

hì hục	忙碌貌	đun	烧煮
xà lách	生菜	thịt	肉
nồi	锅	đông	冻结
luộc	白煮		

注释

1. **đâu**：在句中的作用是用反问表示否定。如：
   — Anh ấy đâu phải là người Hà Nội! 他哪里是河内人呢!

2. **Tết**：越南语中 Tết（第一个字母大写）单用时专指春节，即 Tết Nguyên đán。如 ăn Tết 即"过年"。

BÀI 9   TẾT NGUYÊN ĐÁN
春 节

Việt Nam và một số nước châu Á khác như Trung Quốc, Nhật Bản... ăn Tết theo âm lịch. Tiếng Việt Tết âm lịch gọi là Tết Nguyên đán. Tết thường kéo dài khoảng bốn năm ngày. Ngày 30 tháng Chạp là ngày tất niên. Tất cả mọi nhà đều trang hoàng nhà cửa để đón Tết. Khoảng 12 giờ đêm 30 là giao thừa. Người ta đốt pháo để đón mừng năm mới. Mồng một, mồng hai và mồng ba tháng giêng là 3 ngày Tết.

Những ngày này người ta nghỉ ngơi, vui chơi thoải mái. Mọi người đi thăm hỏi nhau và chúc nhau năm mới mạnh khoẻ, hạnh phúc, thịnh vượng. Hoa là vật trang trí không thể thiếu được. Gia đình nào cũng có hoa. Người miền Bắc thích hoa đào, người miền Trung và miền Nam thì thích hoa mai. Bánh chưng là món ăn cổ truyền của người Việt Nam trong dịp Tết Nguyên đán. Vì thế ngày Tết không thể thiếu bánh chưng. Bánh chưng làm cho hương vị Tết thêm đậm đà. Ngày Tết người ta tổ chức nhiều trò chơi vừa để giải trí vừa để luyện tập sức khỏe.

Nhiều người cho rằng Tết là do chữ Tiết trong "thời tiết" mà ra[1]. Nguyên đán nghĩa là buổi sáng đầu tiên. Vì nó dựa trên âm lịch nên Tết Nguyên đán đến sau tết Dương lịch khoảng trên dưới một tháng.

BÀI 9   TẾT NGUYÊN ĐÁN

Đối với người Việt Nam, Tết không phải chỉ có nghĩa là bắt đầu một năm khác mà còn có nghĩa là một năm tất cả đều mới, tất cả sẽ tốt đẹp hơn năm qua. Ngày đầu tiên trong năm là một ngày hết sức trang trọng vì nó có ảnh hưởng đến những ngày của cả năm. Vì vậy, mọi người đều thận trọng từ lời nói đến việc làm.

Đối với người Việt Nam, Tết Nguyên đán là dịp vui nhất, thiêng liêng nhất trong năm.

生　词

kéo dài	延续	đào	桃
tháng chạp	腊月	mai	梅
ngày tất niên	除旧岁之日	bánh chưng	粽子
trang hoàng	布置，装饰	làm cho	使得
nhà cửa	房屋	hương vị	香味，芳香
đón	迎接	đậm đà	浓郁
giao thừa	除夕	giải trí	娱乐，消遣
đốt	燃放，点燃	luyện tập	锻炼
nghỉ ngơi	休息	cho rằng	认为
tháng giêng	正月	tiết	节
thịnh vượng	兴旺，昌盛	mà	（助词）
thăm hỏi	问候，访问	đầu tiên	第一，最先
vật	物	dựa	依照
trang trí	装饰，陈设	tết Dương lịch	元旦

trên dưới	上下，左右	vì vậy	因此
nghĩa	意思	thận trọng	慎重
ảnh hưởng	影响		

注释

1. tiết：是汉越音的"节"，thời tiết 即为"时节"。tết 是由 tiết 读音稍加变化演变而来。

BÀI 10 DI SẢN KIẾN TRÚC HÀ NỘI
河内古建筑

I. HÀ NỘI VÀ VIỆC BẢO TỒN NHỮNG DI SẢN KIẾN TRÚC VĂN HOÁ TRUYỀN THỐNG

Trải qua hàng ngàn năm lịch sử với bao bước thăng trầm, Hà Nội đã không ngừng phát triển vươn lên nhưng vẫn bảo tồn được những di sản kiến trúc văn hóa truyền thống. Thành phố rất quan tâm bảo tồn tu tạo các di sản kiến trúc đô thị cổ mà nhân dân ta và bạn bè khắp thế giới trân trọng, như các công trình kiến trúc cổ, khu ba mươi sáu phố phường,[1] khu phố cũ, các danh lam thắng cảnh, cây xanh, hồ nước đã từng chứa trong nó nhiều huyền thoại lịch sử của dân tộc. Các khu phố cũ gồm những biệt thự, những công trình có giá trị lịch sử và thẩm mỹ.

Hà Nội xưa và nay cũng như trong tương lai đã và vẫn sẽ là một Hà Nội do nhiều thế hệ các nhà kiến trúc tài năng sáng tạo. Mỗi công trình đều có nét riêng nhưng cũng dễ thấy nét chung là luôn luôn đi theo hướng bảo tồn di sản, hài hòa với thiên nhiên, dần dần hiện đại hóa theo thời đại.

II. CHÙA MỘT CỘT

Đến Hà Nội, bạn nên đến thăm chùa Một Cột, một công trình kiến trúc độc đáo. Chùa ở ngay cạnh Bảo tàng Hồ Chí Minh.[2]

Được xây dựng từ năm 1049, chùa có tên là Diên Hựu. Toàn bộ ngôi chùa hình vuông, mỗi chiều rộng 3m, đặt trên một cột đá lớn, đường kính 1,25m[3] cắm xuống một hồ nước nhỏ. Vì thế mà nhân dân quen gọi là chùa Một Cột. Kiến trúc của chùa gợi hình một bông hoa, từ cột đá có các thanh gỗ vươn ra bốn phía đỡ lấy ngôi chùa, tạo hình ảnh những đường lượn của cánh sen. Cùng với hồ nước hình vuông ở phía dưới, ngôi chùa như một khát vọng vươn lên cái cao cả.[4] Chùa được đặt trong một cảnh quan rất đẹp: có hồ nước, có cây xanh tạo nên sự gần gũi, yên tĩnh.

Vào chùa, ta như rũ sạch mọi buồn phiền, chỉ còn lại sự thanh cao của tâm hồn.

生 词

bảo tồn	保存	bao	多少
di sản	遗产，古迹	thăng trầm	沉浮
kiến trúc	建筑	vươn lên	伸展
trải qua	经过	quan tâm	关心
ngàn	千	tu tạo	修缮

BÀI 10   DI SẢN KIẾN TRÚC HÀ NỘI

đô thị	都市	Diên Hựu	延佑（地名）
cổ	古	toàn bộ	全部
bạn bè	朋友	hình	形状
trân trọng	珍重，珍视	chiều	边
phố phường	街市	m (mét)	米
khu phố	街区	đá	石头
cũ	旧	đường kính	直径
huyền thoại	神话	gợi	象征，示意
biệt thự	别墅	bông	朵
tương lai	未来，将来	sen	莲
thẩm mỹ	审美	mọc	生长
hướng	方向	cuống	梗
thế hệ	代，辈	thanh	根，条
nhà kiến trúc	建筑家	đỡ	托住
tài năng	有才能，有才华	tạo	造，制造
sáng tạo	创造	hình ảnh	形象
công trình	工程	lượn	弯曲
riêng	独特	cánh	花瓣
hài hòa	协调，和谐	khát vọng	渴望
dần dần	逐渐	cao cả	高尚
hiện đại hóa	现代化	rũ	抖搂，卸下
thời đại	时代	buồn phiền	烦恼
chùa Một Cột	独柱寺	thanh cao	清高
bảo tàng	博物馆		

注释

1. khu ba mươi sáu phố phường：三十六条街，河内著名的老街区。
2. Bảo tàng Hồ Chí Minh：胡志明博物馆，介绍胡志明主席的生平和业绩。
3. 在越南语数字书写中，小数点为","，"1,25m"即 1.25 米，读为 một phẩy hai mươi nhăm mét。
4. cái cao cả：cao cả 原为形容词，前面加 cái 变为名词性词组，指"高尚的东西"。

BÀI 11 SỰ TÍCH BÁNH CHƯNG BÁNH GIẦY
粽子和糍粑的传说

Vua Hùng[1] có hai mươi người con trai. Khi đã già, vua muốn truyền ngôi cho con nhưng chưa biết chọn ai.

Một hôm vua gọi tất cả các con đến và bảo: "Tết năm nay trong các con nếu ai mang đến tặng ta[2] một món ăn ta vừa ý thì ta sẽ truyền ngôi cho người đó."

Các con của Vua Hùng ai cũng muốn được cha truyền ngôi cho mình nên cố gắng đi tìm các món ăn ngon, lạ để dâng lên Vua.

Trong số các con của Vua Hùng có một người tên là Lang Liêu. Lang Liêu sống ở nông thôn, quanh năm trồng lúa, đậu, khoai và nuôi gà lợn để sống.

Lang Liêu nghĩ, Vua không thiếu gì của ngon vật lạ nên tốt nhất là chế biến những thứ do mình làm ra để dâng Vua. Vì thế anh lấy gạo nếp, đậu xanh, thịt lợn để làm bánh. Bánh ấy ở bên trong là đậu xanh, thịt lợn, bên ngoài là gạo nếp được gói bằng lá dong. Bánh hình vuông, tượng trưng cho mặt đất, cho vào nồi đầy nước rồi đun một ngày. Lang Liêu đặt tên bánh là bánh chưng. Anh lại lấy gạo nếp nấu chín rồi giã nhuyễn làm bánh giầy. Bánh giầy hình tròn, tượng trưng cho mặt trời.

  Tết đến, các con của Vua Hùng đều mang quà dâng lên Vua. Khi ăn các món ăn của các con khác, Vua không thấy có gì đặc biệt vì hàng ngày Vua đã ăn quá nhiều các món ăn ngon; nhưng khi ăn đến món ăn của Lang Liêu thì Vua thấy rất ngon và rất lạ. Vua rất vui vì món ăn của Lang Liêu không những rất ngon mà còn có ý nghĩa nữa. Vì thế Vua quyết định truyền ngôi cho Lang Liêu.

  Từ đó, nhân dân Việt Nam có tục là khi Tết đến, nhà nào cũng gói bánh chưng và làm bánh giầy.

生 词

sự tích	故事，事迹	lạ	奇特
bánh giầy	糍粑	khoai	薯类
Vua Hùng	雄王	Lang Liêu	郎辽（人名）
con trai	儿子	của	物品，东西
truyền ngôi	传位	chế biến	加工，制作
chọn	选择	nuôi	养
tặng	赠送	thịt	肉
ngon	香，好吃	gạo nếp	糯米
cha	父亲	lá dong	粽叶，黄精叶
dâng	献给	gói	包

đầy	充满	tục	习俗
mặt đất	大地	quà	物
nấu	煮，烹	không những...	
giã	舂	mà còn	不但……而且
nhuyễn	又细又软		

注释

1. **Vua Hùng**：也称 Hùng Vương。越南民族的祖先是分布于长江以南地区"百越"族中的一支——雒越人。公元前4世纪，雒越人已经生活在越南红河流域中下游一带。其中有一个重要的部落称"文郎"，其首领号"雒王"。由于"雒"与"雄"字形相似，后人传抄时把"雒"误为"雄"，于是"雒王"便成了"雄王"。"雄王"被看成是越南人的始祖。

2. **ta**：文中为第一人称单数，雄王的自称。

BÀI 12   TRUYỆN VUI
笑话三则

I. THẦY CÓ KHOẺ KHÔNG?

Có một thầy giáo già đang đi trên đường phố. Bỗng thầy giật mình vì có ai vỗ mạnh vào vai mình từ phía sau. Thầy giáo già quay lại và nhận ra đó là một học trò cũ.

Anh học trò hỏi thầy giáo già:

—Chào thầy! Thầy vẫn khoẻ chứ?

Ông giáo già nhẹ nhàng trả lời:

—Cám ơn! May là tôi cũng ít được gặp những học trò cũ như anh nên vẫn khoẻ.

II. DÙ CÓ CHẾT CŨNG KHÔNG ĐƯA

Có một anh rất keo kiệt, anh ta chỉ lấy của người khác chứ không đưa cho ai cái gì. Một hôm không may anh ta bị ngã xuống giếng. Anh ta cố vùng vẫy nhưng không làm sao lên được. Mọi người chạy đến, định cứu anh ta. Một anh thanh niên khoẻ mạnh cúi xuống thành giếng bảo: "Đưa tay đây để tôi kéo lên cho!" Nghe nói "đưa" anh ta vội từ chối ngay: "Không! Không! Dù chết tôi cũng không đưa đâu!" Một ông già biết tính anh ta nói: "Đừng bảo "đưa đây" mà bảo "cầm lấy" thì anh ta mới đồng ý." Quả nhiên, khi anh thanh niên bảo: "Cầm lấy tay tôi, tôi kéo lên cho!" thì anh ta cầm ngay. Anh ta được cứu sống còn mọi người thì được một trận cười.

III. GIẢI QUYẾT VA CHẠM

Có một vụ va chạm xe đạp trên đường phố. Khi công an đến cả hai người cùng to tiếng, ra sức đổ lỗi cho nhau.

—Tại anh ta, —Người thứ nhất nói —Anh ta không chú ý, lại phóng nhanh vượt ẩu nên bánh sau anh ta quệt vào bánh trước xe tôi.

—Không đúng! Người thứ hai phản đối. —Chính anh ta không nhìn nên bánh trước anh ta đâm vào bánh sau xe tôi.

—Trước hết, —Người công an nói —Đề nghị cả hai nộp phạt vì cùng đi vào đường một chiều.

生　词

giật mình	吓了一跳	học trò	学生
võ	拍打	nhẹ nhàng	轻轻地
vai	肩膀	may	幸亏
quay lại	转过来	dù	即使，无论
nhận ra	认出	keo kiệt	吝啬

ngã	摔倒	to tiếng	大声争吵
giếng	井	ra sức	尽力
vùng vẫy	挣扎	đổ lỗi	嫁祸
không làm sao	无法	tại	由于，在于
cứu	救	phóng	飞驰
anh ta	他	vượt	超越
kéo	拉	ẩu	胡乱
cho	（语气词）	bánh	车轮
từ chối	拒绝	quệt	擦
tính	本性	phản đối	反对
cầm lấy	拿住	chính	正是
quả nhiên	果然	đâm	撞
trận	阵	trước hết	首先
giải quyết	解决	nộp	交纳，递交
va chạm	碰撞	phạt	罚，罚金
vụ	案件，事件	đường một chiều	单行道
công an	公安人员		

BÀI 13   CHÈO, TUỒNG¹ VÀ CẢI LƯƠNG
嘲剧、吅剧和改良剧

1.Chèo: Chèo là một loại sân khấu dân gian mà nông dân ở đồng bằng Bắc Bộ rất thích xem. Khi người ta diễn chèo, người ta nói, hát kết hợp với múa. Chèo được ưa thích ở vùng đồng bằng sông Hồng hàng nghìn năm nay. Chèo lấy đề tài từ cuộc sống hàng ngày của người nông dân, chèo cũng phê phán cả những điều thiêng liêng nhất của xã hội phong kiến. Nhân vật rất được quen biết là hề chèo. Ngày xưa, người ta thường diễn chèo ở sân đình của một làng và người xem thì đứng xung quanh.

2. Tuồng: Tuồng là loại sân khấu cổ điển, thường được những người hiểu biết² và tầng lớp quý tộc ưa chuộng. Tuồng thường liên quan đến những câu chuyện của các triều đại và ca ngợi lòng trung thành đối với nhà Vua. Tuồng cũng có một số vai hề như chèo. Quy tắc của nghệ thuật tuồng rất phức tạp, ví dụ:

Mặt đỏ là biểu tượng của sự cam đảm, trung thành.

Mặt trắng là biểu tượng của những vai phản diện, những tính cách độc ác.

Mặt xanh là biểu tượng cho những người ở tầng lớp thấp.

Mặt đen là những người ở vùng miền núi, người dân tộc thiểu số.

Mỗi một cử chỉ đều có một ý nghĩa chính xác, chặt chẽ mà người xem phải hiểu trước để theo dõi được tính cách của các nhân vật. Sau 1945 chèo và tuồng đã được đổi mới cả về đề tài lẫn cách thể hiện.

3. Cải lương: Cải lương xuất hiện ở miền Nam Việt Nam khoảng 1918. Sự xuất hiện của cải lương đáp ứng nhu cầu của lớp khán giả tiểu tư sản thành phố. Nó đem đến một cải cách quan trọng trong việc hát những lời đối thoại và có cải tiến một số nhạc cụ của sân khấu phương Tây. Các vở cải lương thường gắn liền với những đề tài nổi bật, những câu chuyện quá khứ, những đề tài từ những bi kịch của nước ngoài.

生　词

chèo	嘲剧	phê phán	批判
tuồng	呎剧	đình	村亭，议事堂
cải lương	改良剧	hề	小丑，丑角
dân gian	民间	cổ điển	古典
đồng bằng	平原	xung quanh	四周，周围
Bắc Bộ	北部	quý tộc	贵族
sông Hồng	红河	tầng lớp	阶层
ưa thích	喜爱	triều đại	朝代
cuộc sống	生活	ưa chuộng	爱好，推崇
đề tài	题材	ca ngợi	歌颂
nhân vật	人物	trung thành	忠诚

BÀI 13 CHÈO, TUỒNG VÀ CẢI LƯƠNG

nhà Vua	皇帝	cả...lẫn	连......和
câu chuyện	故事，事情	đáp ứng	满足
vai	角色	nhu cầu	要求，需求
phức tạp	复杂	lớp	层，批
can đảm	勇敢	tiểu tư sản	小资产阶级
quy tắc	规则，程式	đem	带来
phản diện	反面	cải cách	改革
biểu tượng	象征，形象	lời	语，词句
thiểu số	少数	đối thoại	对话
độc ác	毒恶	cải tiến	改进
theo dõi	关注，了解	phương Tây	西方
tính cách	性格	vở	（一）出（戏）
cử chỉ	动作，举止	gắn liền	连接
chặt chẽ	严格，严密	nổi bật	突出
chính xác	确切，正确	quá khứ	过去
đổi mới	革新	bi kịch	悲剧
cách	方法，方式		

注释

1. tuồng：也称 hát bội。越南的剧种之一，剧目多取材于古代历史故事，表演程式化，勾脸谱。

2. người hiểu biết：懂行的人。

BÀI 14   NHỮNG NƠI DU LỊCH
旅游胜地

I. TAM ĐẢO

Dãy núi Tam Đảo chạy dài đến 50km như một bức thành thiên nhiên giữa hai tỉnh Vĩnh Phúc và Thái Nguyên. Ở đây có ba ngọn núi. Ngọn cao nhất ở giữa, cao hơn 1500 mét. Bốn mùa Tam Đảo mù sương, mây trôi bồng bềnh. Ba ngọn núi như ba hòn đảo nhỏ giữa biển mây. Dưới chân Tam Đảo có nhiều núi thấp. Khí hậu ở đây trong lành, mát dịu. Những ngày hè ở đây mang đủ khí hậu bốn mùa: sáng - hơi lạnh như buổi sớm mùa xuân; trưa - nắng ấm, gió mát; chiều - như mùa thu và đêm thì hơi lạnh.

Tam Đảo là một nơi nghỉ mát nổi tiếng. Hàng năm các công ty du lịch đón tiếp nhiều khách trong nước và nước ngoài đến thăm và nghỉ ở Tam Đảo.

II. LĂNG TẨM HUẾ

Lăng tẩm của các vua chúa ở Huế là những nơi vừa rất nghiêm trang vừa rất thơ mộng. Có bốn lăng nổi tiếng. Đó là: lăng Gia Long, lăng Minh Mệnh, lăng Thiệu Trị và lăng Tự Đức[1].

Lăng là một tòa thành giữa một vùng núi rộng lớn chứ không phải là một khoảnh đất nhỏ. Lăng là một không gian có trời, nước, có núi cao, rừng rậm, có suối chảy, có hang đá chứ không phải là một nấm mộ con con.

Trên thế giới có thể ở nhiều nơi có lăng tẩm đẹp nhưng có lẽ ít có lăng tẩm của các bậc vua chúa nào lại khéo hòa hợp với cảnh thiên nhiên như các lăng tẩm của các vua chúa ở Huế.

Ở Huế, lăng tẩm cùng một màu sắc với núi non, cây cỏ. Đến thăm các lăng tẩm chúng ta có cảm giác là cây cỏ ấy, núi non ấy phải có lăng tẩm ấy mới đẹp và lăng tẩm ấy cũng phải có núi non ấy, cây cỏ ấy mới hòa hợp.

生 词

Tam Đảo	三岛山	bồng bềnh	飘动，浮动
dãy núi	山脉	hòn	个（岛）
Vĩnh Phúc	永福（省）	đảo	岛
Thái Nguyên	太原（省）	trong lành	清新，宜人
thành	城墙	mát dịu	凉爽
ngọn	座（山）	sớm	清晨
mù sương	雾气迷漫	nghỉ mát	避暑
mây	云	công ty	公司
trôi	飘动	du lịch	旅游

lăng tẩm	陵寝	con con	小小的
Huế	顺化（地名）	khoảnh	块，片
nghiêm trang	庄严	có lẽ	也许
thơ mộng	美妙，诗情画意	bậc	辈
Gia Long	嘉隆帝	suối	溪
Minh Mệnh	明命帝	chảy	流
Thiệu Trị	绍治帝	khéo	灵巧，巧妙
Tự Đức	嗣德帝	cảnh	景色
tòa	座	màu sắc	颜色
nấm	座（墓）	núi non	山峦
không gian	空间	hòa hợp	融合

注释

1. Gia Long, Minh Mệnh, Thiệu Trị, Tự Đức：越南最后一个封建王朝阮朝四位皇帝的年号。

BÀI 15   TRĂM TRỨNG NỞ TRĂM CON[1]
百蛋生百男的传说

Cách đây rất lâu đời, có Lạc Long Quân thuộc dòng dõi rồng ở dưới biển, sức khoẻ lạ kỳ. Lạc Long Quân đã từng trừ các loài thuỷ quái, hồ tinh hung dữ và dạy cho dân biết làm nhà, cày cấy. Dân cảm ơn công đức ấy, dựng cho Lạc Long Quân một tòa cung điện lộng lẫy dưới đáy biển.

Một hôm, nhân một chuyến đi chơi xa thăm phong cảnh đất nước, Lạc Long Quân gặp nàng Âu Cơ, thuộc dòng dõi tiên ở trên trời, đẹp người, đẹp nết. Âu Cơ mến phục tài và đức của Lạc Long Quân. Thế là hai người kết duyên vợ chồng.

Chẳng bao lâu, Âu Cơ có mang đẻ ra một bọc trứng. Bảy ngày sau, cái bọc ấy nở ra một trăm người con trai xinh đẹp.

Năm tháng trôi qua, cả nhà sống đầm ấm. Nhưng Lạc Long Quân vẫn nhớ biển bèn hóa thành rồng bay lên mây, xuôi về phía đông. Âu Cơ và đàn con ở lại. Vợ nhớ chồng, con nhớ bố, họ bèn trèo lên đỉnh núi cao gọi Lạc Long Quân trở về.

Lạc Long Quân lại từ biển lên núi, gặp Âu Cơ. Hai người bàn với nhau: "Rồng với Tiên là hai dòng dõi quen sống ở hai vùng khác nhau, ta nên chia đôi đàn con, một nửa theo mẹ lên núi, một nửa theo bố xuống biển. Khi nào gặp nguy biến thì báo cho nhau biết để cứu giúp nhau, chứ đừng quên nhau."

Thế là hai người cùng hai bầy con chia tay nhau. Kẻ lên rừng vỡ hoang trồng lúa, kẻ xuống biển đánh cá, làm ăn. Cuộc sống mỗi ngày một ấm no hạnh phúc. Riêng người con trai cả ở lại đất Phong Châu, được lên làm vua nước Văn Lang. Đấy là Vua Hùng thứ nhất. Rồi mười tám đời Vua Hùng kế tiếp nhau trị vì, mở mang bờ cõi, dân càng giàu, nước càng mạnh.

Đó là câu chuyện "Trăm trứng nở trăm con". Do câu chuyện này mà dân tộc Việt Nam, từ miền ngược xuống miền xuôi, từ miền bắc vào miền nam đều tự cho mình là "con Rồng cháu Tiên" cùng được sinh ra từ một bọc trứng.

生　词

trứng	蛋	hồ tinh	狐狸精
nở	孵化	hung dữ	凶恶
lâu đời	悠远，悠久	công đức	功德
Lạc Long Quân	雒龙君	cày cấy	耕种
dòng dõi	后裔，宗族	cung điện	宫殿
lạ kỳ	奇异	lộng lẫy	辉煌
trừ	除	nhân	趁
thuỷ quái	水怪	chuyến	趟

nàng	姑娘，娘子（旧称）	trở về	返回
		bàn	讨论，商量
Âu Cơ	瓯姬	chia đôi	平分
tiên	神仙	nửa	半
nết	品德，品行	nguy biến	危难
mến phục	敬佩，钦佩	báo	告诉，报告
đức	德行	bầy	群
thế là	于是，这么一来	kẻ	人
		vỡ hoang	开荒
kết duyên	结缘	đánh cá	打鱼
vợ	妻子	làm ăn	谋生
chẳng bao lâu	不久	cả	老大
có mang	怀孕	Phong Châu	峰州（地名）
đẻ	生育	Văn Lang	文郎
bọc	包，袋	trị vì	治国，在位
trôi	流逝	kế tiếp	相继，接续
nhớ	想念	bờ cõi	疆域，疆界
hóa thành	变成，化为	mở mang	开拓
bay	飞	giàu	富裕
xuôi về	顺势而下	tự	自己
đàn	群	cho	认为
ở lại	留下来	con Rồng cháu Tiên	龙子仙孙
trèo	爬上		
đỉnh núi	山顶	sinh ra	出生

注释

1. Trăm trứng nở trăm con：这是有关越南民族起源的一个神话故事，载《岭南摭怪》一书。《岭南摭怪》是一部记载越南传说和神话的古籍，用汉文写成。原作者是陈世法（Trần Thế Pháp），后由武琼（Vũ Quỳnh）、乔富（Kiều Phú）改编润色。

BÀI 16   TRUYỆN VUI
笑话二则

I. RẮN LÀ MỘT LOÀI BÒ

Bé chăm học nhưng không thông minh. Suốt ngày ê a đọc theo sách mà ít suy nghĩ. Một hôm bé đọc sách Động Vật, bài nói về loài rắn. Trong sách có câu: "Rắn là một loài bò sát không chân". Câu này được in ở hai dòng. Cuối dòng trên là các từ "Rắn là một loài bò", còn dòng dưới là các từ "sát không chân". Bé không chú ý cứ đọc như con vẹt hàng chục lần các từ ở dòng trên: "Rắn là một loài bò, rắn là một loài bò"... rồi mới đọc các từ ở dòng dưới "sát không chân, sát không chân...". Bé không biết mình đọc sai. Bà đến bên bé và bảo: "Cháu phải đọc liền cả câu thì mới có nghĩa. Rắn không phải là một loài bò."

II. THÀ CHẾT ĐI CÒN HƠN

Có một anh nhà nghèo nhưng rất lười, suốt ngày chỉ chơi bời lêu lổng không chịu lao động. Thấy người ta ra đồng cày cấy, suốt ngày làm việc nặng nhọc, anh ta nghĩ: "Làm việc vất vả thế, thà nhịn đói còn hơn".

Thấy người ta lên rừng kiếm củi, đốt than để sưởi ấm mùa đông, họ phải đi từ sáng tinh mơ đến tối mịt mới về, anh ta nghĩ: "Làm việc suốt ngày thế, thà chịu lạnh còn hơn". Mùa đông đến, mọi người có cơm ăn, có củi sưởi. Anh ta thì chẳng có gì, cuộc sống thật khốn khổ. Thấy thế mọi người bảo: "Con người sống mà không chịu làm việc, không chịu lao động để đến nỗi cơm không có mà ăn, áo không có mà mặc, phải chịu đói chịu rét thì thà chết đi còn hơn".

生　词

rắn	蛇	liền	连接
bé	小孩，小宝贝	thà	宁可，宁愿
suốt ngày	整天	hơn	强过，胜过
ê a	咿咿，呀呀	nghèo	穷
suy nghĩ	思考	lười	懒
động vật	动物	chơi bời	游荡，玩耍
bò sát	爬行	lêu lổng	游荡，游手好闲
in	印	chịu	肯
dòng	行	đồng	田地
cuối	末端	nặng nhọc	沉重，繁重
cứ	一味地	vất vả	辛苦，劳累
vẹt	鹦鹉	nhịn	忍住
bà	祖母	đói	饥饿
cháu	孙子	kiếm	找

củi	柴火	khốn khổ	困苦
sưởi ấm	取暖	nỗi	地步，境遇
sáng tinh mơ	蒙蒙亮	con người	人
tối mịt	漆黑		

BÀI 17   VÀI ĐIỀU VỀ DU LỊCH
TẠI VIỆT NAM
在越南旅游

I. QUY CHẾ TẠM THỜI VỀ VIỆC CHO NGƯỜI NƯỚC NGOÀI VÀO VIỆT NAM DU LỊCH VÀ NGƯỜI VIỆT NAM ĐỊNH CƯ Ở NƯỚC NGOÀI VỀ NƯỚC DU LỊCH HOẶC DU LỊCH KẾT HỢP THĂM QUÊ HƯƠNG GIA ĐÌNH

Để tạo điều kiện cho khách du lịch vào Việt Nam ngày càng nhiều theo chủ trương chung của nhà nước, Tổng cục Du lịch, Bộ Nội vụ, Bộ Ngoại giao và Ban Việt kiều Trung ương đã thống nhất về thủ tục nhập xuất cảnh đối với người nước ngoài vào Việt Nam du lịch và người Việt Nam định cư ở nước ngoài về nước du lịch hoặc du lịch kết hợp thăm quê hương gia đình như sau:

Thời hạn xét duyệt cho người nước ngoài và người Việt Nam định cư ở nước ngoài vào Việt Nam du lịch là 7 ngày (kể từ ngày Bộ Nội vụ nhận được công văn).

Sau khi xét duyệt Bộ Nội vụ thông báo ngay cho Tổng cục Du lịch để báo cho cơ quan đại diện của Việt Nam ở nước ngoài cấp thị thực nhập xuất cảnh cho khách du lịch. Trường hợp đối với người Việt Nam định cư ở nước ngoài về nước du lịch kết hợp thăm quê hương gia đình, Bộ Nội vụ thông báo trực tiếp cho Ban Việt kiều Trung ương (đồng gửi Tổng cục Du lịch) để báo cho cơ quan đại diện của Việt Nam ở nước ngoài cấp thị thực nhập xuất cảnh.

II. DU LỊCH BA LÔ[1]

Có một người nước ngoài đến Việt Nam du lịch. Người ta gọi anh là khách du lịch ba lô hoặc là khách du lịch bụi[2], bởi vì anh không ăn, ở trong các khách sạn sang trọng mà chỉ thuê buồng ngủ ở một nhà hàng bình dân. Sáng, anh đến một phố nhỏ gần Hồ Gươm và thuê một chiếc xe đạp với giá 3USD một ngày. Thế là một tua du lịch bắt đầu. Với chiếc xe đạp thuê đó anh đi khắp phố phường Hà Nội, ra cả ngoại thành. Ngày đầu tiên, điều anh lấy làm ngạc nhiên nhất là hình như sự đi lại của các phương tiện giao thông không cần theo luật. Các loại xe ô tô, xe máy, xe đạp phóng nhanh và có thể rẽ phải rẽ trái bất cứ lúc nào. Điều đó khiến anh rất sợ và lúng túng khi đạp xe trên đường.

Vài ngày sau anh cũng quen dần. Hơn nữa, trước khi anh đến đây bạn anh cũng đã báo trước cho anh biết rồi. Dầu sao, du lịch bụi cũng khá thú vị, vì anh có thể hiểu thêm nhiều về đất nước đáng yêu này.

生 词

| quy chế | 规定 | tạm thời | 暂时 |

định cư	定居	sang trọng	华贵，豪华
chủ trương	主张，方针政策	thuê	租
chung	一般，普通	buồng	房子
Tổng cục	总局	nhà hàng	饭馆，旅店
Bộ Nội vụ	内务部	bình dân	平民
Bộ Ngoại giao	外交部	với	以
Ban	委员会	giá	价钱
thống nhất	统一	USD	美元
thủ tục	手续	tua	次，趟（旅游）
nhập xuất cảnh	出入境	khắp	全部，遍布
thời hạn	期限	điều	事项
xét duyệt	审核，审计	lấy làm	感到
kể	计算	hình như	好像
nhận	收到	luật	法规，法律
công văn	公文	ô tô	汽车
thông báo	通知，通报	xe máy	摩托车，机器脚踏车
đại diện	代表		
cấp	发给	phải	右
thị thực	签证	trái	左
trường hợp	场合，情况	bất cứ	不论，不管
trực tiếp	直接	khiến	使得
đồng	同时	lúng túng	不知所措，慌乱
ba lô	背包	đạp	踏车，骑车
bụi	尘土（喻平民）	hơn nữa	再者，并且
bởi vì	因为	dầu sao	不管怎样
khách sạn	饭店，宾馆	thú vị	有趣

注释

1. du lịch ba lô：ba lô 原义是"背包"，du lịch ba lô 即背着背包旅游，喻平民式旅游。

2. du lịch bụi：bụi 原义是"尘土"，du lịch bụi 喻平民式旅游。越南语中还有 ăn cơm bụi 的说法，义为在路边小摊或小饭馆里吃饭。

BÀI 18   QUẢNG CÁO VÀ THÔNG BÁO
广告、启事

I. CỬA HÀNG ĐỒ ĐIỆN BẠCH MAI

Cửa hàng đang có bán các loại đồ điện: tủ lạnh, máy giặt, máy điều hòa nhiệt độ của Nhật, Italy. Đến với Cửa hàng chúng tôi quý khách sẽ hài lòng về chất lượng, giá cả; bảo hành 6 tháng đến 1 năm.

Địa chỉ liên hệ: 349 phố Bạch Mai, Hà Nội[1]

Điện thoại: 62 366 456

II. CỬA HÀNG ĐỒ GỖ THANH BÌNH KÍNH BÁO

Cửa hàng có bán buôn, bán lẻ và nhận đặt hàng theo yêu cầu của khách những đồ gỗ: tủ đứng các kiểu; salon đệm mút, salon cẩm lai; giường 1m8 và 2m. Các loại hàng trên luôn thay đổi mẫu mã, chất lượng cao, hình thức đẹp, được khách hàng tín nhiệm. Mua tại cửa hàng của chúng tôi, khách được bảo đảm chắc chắn, giao nhận thuận tiện, vận chuyển an toàn, giá cả phải chăng.

Cửa hàng rất hân hạnh được đón tiếp quý khách.

Địa chỉ: 112 Trần Nhân Tông, Hà Nội
TEL: 62 266 566

III. HIỆU MAY VINH QUANG KÍNH BÁO

Nhận may các loại sơmi dài tay, ngắn tay, quần âu, bộ complet, áo vét, áo blouson, áo măngtô các kiểu, chất lượng cao, hợp thời trang. Đã được tín nhiệm lâu năm của khách hàng.

Hiện cửa hàng đang có nhiều loại vải ngoại chất liệu tốt, màu sắc trang nhã, cửa hàng cũng bán nhiều áo vét, bộ complet ngoại. Kính mời quý khách đến với hiệu may Vinh Quang chúng tôi.

Địa chỉ: 149 Nguyễn Thái Học, Hà Nội
Tel: 22 235 353

IV. DỰ BÁO THỜI TIẾT KHU VỰC HÀ NỘI NGÀY 5-12

Nhiều mây, có lúc có mưa nhỏ, gió đông bắc cấp 2, cấp 3. Trời trở lạnh.

Nhiệt độ cao nhất từ 20 đến 22 độ (℃).
Nhiệt độ thấp nhất từ 14 đến 16 độ (℃).

生　词

| đồ điện | 电器 | tủ lạnh | 冰箱 |

máy giặt	洗衣机	mút	海绵
máy điều hòa nhiệt độ	空调	cẩm lai	红木
		mẫu mã	规格
Italy	意大利	hình thức	形式,外形
quý khách	顾客	tín nhiệm	信任
hài lòng	满意	bảo đảm	保证
chất lượng	质量	giao nhận	交接
giá cả	价格	chắc chắn	可靠,确实
bảo hành	保用期,保修期	vận chuyển	运送
		an toàn	安全
địa chỉ	地址	phải chăng	适中,公道
liên hệ	联系	hân hạnh	荣幸
phố Bạch Mai	白梅街	Trần Nhân Tông	陈仁宗
điện thoại	电话		
đồ gỗ	木器	hiệu may	缝纫店
Thanh Bình	青平	Vinh Quang	荣光
kính báo	敬告	somi	衬衫
bán buôn	批发	tay áo	衣袖
bán lẻ	零售	quần âu	西式裤
đặt hàng	订货	bộ complet	西服套装
yêu cầu	要求	áo vét	短外套
tủ đứng	立柜	áo blouson	夹克
kiểu	式样	áo măngtô	风雨衣
salon	沙发	thời trang	(衣服)流行款式,时装
đệm	垫子		

ngoại	外国的，进口的	khu vực	地区
chất liệu	料，材料	cấp	级
trang nhã	雅致		

注释

1. 349 phố Bạch Mai, Hà Nội：越南地址书写顺序与中国不同，先写门牌号，再写街道名，最后是城市名。

BÀI 19   ĐỜI SỐNG BÌNH DÂN
百姓生活

I. ĂN CHÈ[1] ĐẬU Ở PHỐ HÀNG BẠC

Một Việt kiều về nước, vào một cửa hàng nhỏ, cũ xưa, đồ đạc bày ở đây dường như có từ lâu đời. Không ai nghĩ đó là một cửa hàng bán chè đậu.

Chủ quán là một bà cụ già, tóc bạc, dáng đi thong thả, nhẹ nhàng. Cụ chỉ chiếc ghế ở giữa nhà và nói với khách:

— Mời cô[2] ngồi! Cô ăn chè đậu hay thập cẩm?

Cụ vừa nói vừa lấy khăn lau tủ kính, trong tủ kính có bày những đĩa xôi vò...

Bà khách ngồi xuống, bà nhìn căn phòng và cảm thấy một không khí quen thuộc, ấm áp quanh mình.

Cụ chủ quán bưng ra một chén chè nụ đặt trên một chiếc đĩa cổ.

— Mời cô uống nước đi!

Bà khách đỡ chén nước từ tay cụ:

— Cháu[3] ở Pháp về. Hôm nay đi thăm phố phường. Cụ ơi! Phố Hàng Bạc cũng ít thay đổi phải không cụ?

— Thay đổi nhiều cô ạ! Cô uống nước đi rồi ăn chè Hà Nội. Ở Pa-ri có ai bán chè không cô?

—Thưa... có ạ! Nhưng ăn chè đậu ở Paris hình như không hợp. Con[4] chẳng bao giờ nghĩ rằng ở Hà Nội vẫn còn những quán chè xưa cũ như thế này. Quý lắm cụ ạ!

Bà cụ chủ quán và người khách đều cảm động.

II. CƠM BÌNH DÂN

Một buổi trưa, tôi và một người bạn vào một quán cơm bình dân ở phố Tuệ Tĩnh.

Người ta nói nhiều đến cơm bình dân Hà Nội như một sự kiện, một hiện tượng của thời đổi mới. Bây giờ hầu như khu vực nào của Hà Nội cũng có quán cơm bình dân. Có quán nhỏ, chỉ đủ phục vụ một lúc chừng chục người nhưng cũng có quán khá lớn có thể phục vụ một lúc cả mấy chục người.

Cơm bình dân hình như đang ngày càng không "bình dân" lắm. Chỉ có một số hàng ở gần các trường đại học là còn bình dân, còn nhiều quán cơm khác bán đủ các món ăn, các loại đồ uống. Vào một nhà hàng như thế, chỉ một việc chọn món ăn, nếu không quen cũng mất cả chục phút. Gần đây món cơm này còn hấp dẫn cả khách nước ngoài. Mỗi bữa cơm bình dân của khách nước ngoài hết khoảng 20-30 ngàn đồng. Nhưng dẫu sao đối với họ cũng rẻ chán so với ăn trong khách sạn.

生　词

chè	甜羹，茶	bưng	捧
phố Hàng Bạc	银器街	chén	杯
đồ đạc	物品，东西	chè nụ	珠茶
dường như	好像	Pháp	法国
quán	小店	Pa-ri (Paris)	巴黎
tóc	头发	cảm động	感动
bạc	银白色	phố Tuệ Tĩnh	慧静街
dáng	样子	sự kiện	事件
thong thả	缓慢	thời	时期
cụ	老人	hầu như	几乎
chỉ	指	chừng	大约
thập cẩm	什锦	hàng	店铺
khăn	巾	đồ uống	饮料
lau	擦，抹	hấp dẫn	吸引
tủ kính	玻璃橱	hết	用掉，花去
đĩa	碟	đồng	盾（越币基本单位）
xôi vò	豆粉糯米饭		
căn	间（房屋）	dẫu sao	不管怎样
không khí	气氛	rẻ chán	便宜极了
quen thuộc	熟悉	so với	与……相比

注释

1. chè：越南语中，chè 有两个义项，一是茶，如课文中的 chè nụ 是珠茶；另一义项是甜羹，如课文中 chè đậu 是用豆子做的甜羹。
2. cô：课文中是年长者对年轻妇女的尊称。
3. cháu：课文中是年轻人面对年长者时的谦称。
4. con：课文中是年轻人面对年长者时的谦称。文中年轻人谦称从 cháu 变化到 con 表明对话双方之间感情交流的深入。

BÀI 20   TRUYỆN VUI
笑话二则

I. MẤT BÒ

Một hôm, một anh ngốc đi chợ mua bò. Anh ta mua được sáu con bò. Anh ta cưỡi lên lưng con bò to nhất, rồi dẫn tất cả đàn bò đi.

Anh ngốc ở chợ về. Anh ta rất vui. Giữa đường, anh ta ngoảnh lại, nhìn đàn bò và đếm:

—Một, hai, ba... một, hai, ba, bốn, năm...

Anh ngốc đếm. Anh ta lại đếm lại. Anh ta đếm đi đếm lại năm, sáu lần. Đàn bò vẫn chỉ có năm con! Anh ngốc nghĩ: "Chết rồi! Mất một con bò rồi!" Tiếc bò quá, anh ngốc vò đầu gãi tai. Anh ta sợ về nhà lại bị vợ mắng.

Về đến nhà, anh ngốc thấy vợ đứng đón ở cổng. Anh ta vẫn cứ ngồi trên lưng con bò đi đâu. Anh ngốc khóc và nói với vợ:

—Mình ơi! Tôi đánh mất một con bò rồi!

Vợ anh ta ngạc nhiên hỏi:

—Mất bò à? Vì sao? Mình mua mấy con bò?

—Tôi mua sáu con. Bây giờ chỉ còn năm con thôi. Mất một con. Không biết nó lạc đi đâu...

Vợ anh ngốc đếm lại đàn bò. Chị cười, bảo:

— Thôi, xuống đi! Có mất con bò nào đâu! Thừa một con thì có![1]

II. LỜI HỨA

Một hôm, tôi vào một công viên. Tôi đem theo một quyển sách hay, mải mê đọc. Đến lúc ngoài phố đã lác đác lên đèn, tôi mới đứng dậy bước ra cổng. Bỗng tôi dừng lại. Sau bụi cây, tôi nghe tiếng một em bé đang khóc.

Tôi bước tới gần, hỏi:

— Này em, em làm sao đấy?

Em ngẩng đầu nhìn tôi và đáp:

— Em không sao cả.

— Thế tại sao em khóc? Em đi về thôi. Trời tối rồi, công viên sắp đóng cửa đấy.

— Em không thể đi được.

— Tại sao? Em ốm phải không?

— Em không ốm mà em là lính gác.

— Sao lại là lính gác? Gác gì?

— Ồ thế anh không hiểu à?

Rồi em kể:

— Em đang ngồi ghế thì các bạn tới và bảo: "Muốn chơi đánh trận giả không?" Em trả lời: "Có". Thế là cùng chơi. Một bạn lớn bảo: "Cậu là trung sĩ nhé." Bạn ấy tự nhận là nguyên soái, dẫn em đến đây và bảo: "Đây là kho thuốc súng của chúng ta. Cậu đứng gác cho đến khi có người đến thay." Bạn ấy lại bảo: "Cậu hãy hứa là không bỏ đi cơ!" Em trả lời: "Tôi xin hứa."

— Rồi sao nữa? — Tôi hỏi.

— Thế đấy. Em cứ đứng gác cho đến bây giờ. Chắc các bạn ấy đi rồi và quên cử người thay.

— Thế thì em còn đứng đây làm gì nữa?

— Tại em đã hứa.

生　词

ngốc	呆傻	đánh mất	弄丢了
chợ	集市	lạc	迷失
cưỡi	骑	thừa	多余
lưng	背，腰	hứa	许诺
dẫn	带领，引导	công viên	公园
ngoảnh lại	扭转	mải mê	专注，沉醉
đếm	数	lác đác	稀疏
...đi...lại	......来......去	lên đèn	掌灯，上灯
chết rồi	糟了	dừng	停下
vò đầu gãi tai	抓耳挠腮	bụi	树丛
mắng	骂	này	喂（呼语）
cổng	大门	làm sao	怎么
khóc	哭	tại sao	为什么
mình	（夫妻之间的昵称）	lính	士兵
		gác	守卫

BÀI 20 TRUYỆN VUI

ồ	啊（叹词）	thay	替换
kể	叙述	thuốc súng	火药
đánh trận	打仗	bỏ đi	离开
giả	假的	hãy	（表示命令，要
tự nhận	自封，自认为		求，号召）
trung sĩ	中士	cử	选派
kho	仓库	cơ	（语气词）
nguyên soái	元帅		

注释

1. "Thừa một con thì có" 源于越南语俗语 ngu như bò（直译：蠢得像头牛）。

BÀI 21   HÀNG KHÔNG
航　空

I. HÀNG KHÔNG VIỆT NAM

Hàng không là một phương tiện giao thông quan trọng và rất cần thiết. Nhờ các máy bay hiện đại, tốc độ cao, con người có thể đi khắp thế giới một cách nhanh chóng và thuận tiện.

Hàng không Việt Nam ra đời khá muộn. Sau chiến tranh[1], ngành hàng không Việt Nam được thúc đẩy và phát triển nhanh. Việt Nam có hai sân bay quốc tế lớn, khá hiện đại: sân bay Nội Bài (Hà Nội) và sân bay Tân Sơn Nhất (Thành phố Hồ Chí Minh). Đây là hai sân bay hiện đại nhất ở Việt Nam. Ngoài ra còn nhiều sân bay nội địa, phục vụ đi lại của nhân dân trong nước. Nếu bạn muốn thăm vùng Tây Nguyên[2] bạn có thể đáp máy bay xuống sân bay Buôn Mê Thuột. Bạn muốn thăm miền Trung, bạn hãy mua vé máy bay vào Huế, Đà Nẵng, Phan Rang.

Phòng bán vé máy bay quốc tế ở 30 phố Tràng Thi Hà Nội. Còn phòng bán vé máy bay nội địa thì đối diện với khách sạn Phú Gia Hà Nội. Mời bạn đến các địa điểm trên liên hệ. Nếu bạn có nhu cầu đi máy bay của hàng không Việt Nam, sẽ có hệ thống xe tắc-xi đưa, đón bạn tận nhà và phục vụ mọi yêu cầu của bạn.

Mời bạn đi du lịch bằng máy bay của hàng không Việt Nam. Chúc bạn có nhiều chuyến đi an toàn, vui vẻ.

II. TÌNH HUỐNG KHÔNG NGỜ

Một ngày tháng năm, trời nắng, nóng, chúng tôi lên Nội Bài để đón giáo sư Paul. Máy bay Thái hôm nay đến chậm. Đã quá giờ quy định mà máy bay vẫn chưa đến. Bỗng tiếng cô nhân viên hướng dẫn nhà ga vang lên trong loa phóng thanh, thông báo máy bay Thái Lan đang hạ cánh xuống đường băng. Chúng tôi đã nghe tiếng động cơ máy bay rít lên. Vì không kịp xin giấy phép vào đón khách ở phòng làm thủ tục nên chúng tôi đành chờ ở ngoài. Vả lại khách là giáo sư Paul, người đã rất quen thuộc các thủ tục ở sân bay Nội Bài và cũng đã rất quen chúng tôi nên chúng tôi rất yên tâm. Khách đã bắt đầu ra, 10 phút, 20 phút rồi 30 phút trôi qua, vẫn chưa thấy giáo sư đâu, chẳng lẽ kế hoạch của ông lại thay đổi? Phúc, lái xe của cơ quan chúng tôi, vốn là người tháo vát bảo với tôi: "Để tôi vào trong xem thế nào nhé!" Nói rồi, anh biến mất. Hình như những người khách cuối cùng đã ra khỏi phòng làm thủ tục. Nhân viên nhà ga đã bớt một cửa ra vào, chỉ để lại một cửa. Vừa lúc ấy tôi thở phào khi thấy Phúc tay xách một túi vải to đang cùng giáo sư Paul ra. Còn giáo sư Paul thì mồ hôi nhễ nhại. Ông khẽ mỉm cười bắt tay tôi và không nói một câu nào. Mãi đến khi lên xe về Hà Nội tôi mới biết sở dĩ giáo sư ra chậm là vì cái túi vải mà Phúc xách hộ. Đó là chiếc máy vi tính cùng máy in ông mang theo để làm việc ở Việt Nam. Nhân viên hải quan yêu cầu ông phải đóng thuế hàng hóa trong khi ông thì nghĩ rằng đó chỉ là một công cụ làm việc. May mà Phúc vào được phòng làm thủ tục và sự việc đã được giải quyết nhanh gọn. Tất nhiên là giáo sư không phải đóng thuế, nhưng ông có vẻ không vui. Ông nói rằng hình như mỗi lần đến Việt Nam, khi làm thủ tục ở sân bay thế nào ông cũng gặp một tình huống nào đó mà ông không ngờ.

生　词

hàng không	航空	Phan Rang	潘朗（地名）
phương tiện	工具	Phú Gia	富家（店名）
cần thiết	需要	địa điểm	地点
máy bay	飞机	hệ thống	系统，网
tốc độ	速度	tắc-xi	的士（出租车）
nhanh chóng	迅速	hãng	公司
ra đời	诞生	tận	直接
chiến tranh	战争	tình huống	情况
thúc đẩy	推动	ngờ	料想
sân bay	机场	Thái	泰国
Nội Bài	内排（地名）	chậm	慢，晚
Tân Sơn Nhất	新山一（地名）	quá	超过
nội địa	内地，国内	quy định	规定
Tây Nguyên	西原（地名）	hướng dẫn	引导，指导
đáp	搭乘	nhà ga	候机厅
Buôn Mê Thuột	邦美蜀（地名）	loa phóng thanh	扩音器
Đà Nẵng	岘港（地名）	hạ cánh	降落

BÀI 21   HÀNG KHÔNG

đường băng	跑道	xách	提
động cơ	发动机	túi	袋子
rít	鸣响	mồ hôi	汗水
giấy phép	许可证	nhễ nhại	淋漓
đành	只好，只得	khẽ	轻微
chờ	等候	mỉm cười	微笑
vả lại	而且，况且	bắt tay	握手
yên tâm	安心	mãi	一直
kế hoạch	计划	sở dĩ ... là vì	所以……是因为……
Phúc	阿福（人名）		
lái xe	司机	máy vi tính	计算机
tháo vát	干练，机敏	máy in	打印机
biến mất	消失，不见了	hải quan	海关
cuối cùng	最后	đóng thuế	纳税
khỏi	离开	hàng hóa	货物
bớt	减少	công cụ	工具
vừa lúc	正值，正当……的时候	nhanh gọn	快捷，利索
		vẻ	表情，样子
		tất nhiên	当然，必然
thở phào	长出一口气		

注释

1. chiến tranh：指越南抗美救国战争（1975 年结束）。
2. Tây Nguyên：西原是越南中部以南地区高原的简称，包括越南中部的嘉莱(Gia Rai)、昆嵩(Kon Tum)、多乐(Đắc Lắc)等省。

BÀI 22   BỘ LÔNG RỰC RỠ CỦA CHIM THIÊN ĐƯỜNG
极乐鸟的漂亮羽毛

Mùa đông đang đến gần. Trời càng ngày càng lạnh đi. Hàng ngày, chim Thiên Đường bay đi rất xa để tìm những chiếc lá thật đẹp, những ngọn cỏ thật thơm, thật mềm về lót ổ cho ấm.

Bay ngang qua tổ Sáo đen, Sáo đen xin chiếc lá đỏ thắm, Thiên Đường vui vẻ thả xuống cho bạn. Thiên Đường lại bay đi. Nó tìm được một cành hoa màu tím rất đẹp. Khi Thiên Đường bay đến gần tổ Gõ Kiến, bầy chim con trong tổ nhìn thấy cành hoa đẹp, rối rít gọi. Thiên Đường bay chậm lại, thả cành hoa xuống cho chúng rồi vội vàng bay đi.

Lâu lắm, Thiên Đường mới lại tìm được một cụm cỏ khô và thơm. Về qua tổ Họa Mi, thấy cái tổ trống rách, chim Họa Mi đang ốm, nằm bẹp trong góc tổ, Thiên Đường liền dừng lại, gài cụm cỏ khô che gió cho bạn. Họa Mi vẫn còn run lên vì cơn sốt cao. Thiên Đường bối rối không biết làm thế nào cho bạn đỡ rét. Nó nhìn xuống ngực, rồi lấy mỏ rứt những chiếc lông mềm của mình ra để lót ổ cho Họa Mi. Dần dần Họa Mi khỏe ra, nó đã hát bài hát hay nhất để cảm ơn Thiên Đường.

Thế rồi mùa đông đến, riêng Thiên Đường vẫn chưa kịp sửa lại tổ.

BÀI 22 BỘ LÔNG RỰC RỠ CỦA CHIM THIÊN ĐƯỜNG

Những trận gió lạnh buốt cứ lùa mãi vào chiếc tổ còn rất sơ sài của Thiên Đường. Thiên Đường rét quá, nó xù lông lên. Trông nó thật mệt mỏi.

Sơn Ca bay qua, nhìn thấy thế, vội đi báo cho các bạn. Một lúc sau, tất cả mọi loài chim đều sửa lại tổ giúp Thiên Đường. Sơn Ca nói với các bạn:

—Các bạn ơi, tớ thì tớ nghĩ thế này: chúng mình sẽ cùng nhau tặng Thiên Đường một chiếc áo ấm...

Tất cả reo lên đồng ý. Mỗi con đều chọn một chiếc lông đẹp nhất của mình: chiếc màu đỏ thắm, chiếc màu xanh da trời, chiếc màu vàng tươi, chiếc màu đen tuyền... góp lại thành một chiếc áo choàng đặc biệt tặng Thiên Đường.

Từ đó, Thiên Đường luôn mang trên mình chiếc áo rực rỡ, vật kỷ niệm thiêng liêng của tình bè bạn.

生　词

bộ	副，套	ổ	窝
lông	羽毛	ngang	横过
chim Thiên Đường	极乐鸟	tổ	巢
lá	叶子	Sáo	八哥
thơm	香	đỏ thắm	鲜红
mềm	柔软	thả	投下
lót	铺垫	cành	枝

hoa	花	riêng	仅，单是
tím	紫色	sửa	修整
Gõ Kiến	啄木鸟	lạnh buốt	冷刺骨
rốt rít	慌乱	lùa	穿过
cụm	丛，簇	sơ sài	简陋
khô	干枯	xù	（毛）竖起
Hoạ Mi	画眉鸟	trông	看
trống	空	Sơn Ca	百灵鸟
rách	破	tớ	我（俗称）
nằm bẹp	无力地躺着	chúng mình	咱们（亲密称）
góc	角落		
gài	插，别	reo	欢呼
che	遮挡	xanh da trời	天蓝色
run	颤抖	đen tuyền	全黑色
cơn	一阵	góp	凑起来，合起来
bối rối	不知所措		
ngực	胸	áo choàng	披风
mỏ	喙	bè bạn	朋友
rút	揪		

BÀI 23   HỘI CHÙA HƯƠNG
香迹寺庙会

Nói đến chùa Hương là nói đến toàn bộ phong cảnh Hương Sơn, một danh lam thắng cảnh nổi tiếng ở Việt Nam. Ở vào địa phận Hà Nội, thắng cảnh Hương Sơn là cả một hệ thống bao gồm nhiều sông suối, bến đò, nhiều con đường, nhiều đền chùa, hang động.

Hàng năm cứ mỗi độ xuân sang lại có hội chùa Hương tấp nập tưng bừng từ giữa tháng giêng đến cuối tháng ba. Đây cũng là những ngày hội nô nức nồng nhiệt của tuổi trẻ, của tình yêu thiên nhiên trước tiếng gọi của mùa xuân.

Trong ngày hội Chùa, người từ khắp nơi kéo đến Hương Sơn như thác chảy. Hàng nghìn hàng vạn người đông đảo, chen chúc, lũ lượt vào ra trên các con đường thủy bộ. Gặp nhau dù quen hay không quen, mọi người đều vui vẻ chào nhau bằng mấy tiếng "Nam Mô A Di Đà Phật!". Tiếng chào vang lên vui vẻ đầm thắm trong không khí ấm áp mùa xuân.

Đường vào Hương Sơn, mỗi chặng đường là một phong cảnh thiên niên xinh đẹp. Từ bến Đục, những chiếc thuyền gỗ thuyền nan chở du khách êm đềm lướt nhẹ trên dòng nước trong vắt của suối Yến. Hai bên bờ, núi trải dài một màu xanh thẫm. Lưng chừng núi thỉnh thoảng lại hiện ra một mái chùa cổ kính hoặc những cây gạo cổ thụ hoa đỏ thắm.

Thuyền đưa du khách lướt qua những ngọn núi nhỏ, xinh xắn nổi lên giữa lòng suối: nào núi Đụn, núi Voi phục, núi Rồng, núi Gà, núi Trống, núi Chiêng, nào núi Mâm xôi, núi Ông sư, núi Bà vãi... Những ngọn núi với dáng hình kỳ lạ ấy đã được người xưa khéo nhìn mặt đặt tên.

Rời bến đò, du khách bắt đầu đặt chân trên con đường thoai thoải men theo sườn núi. Bốn bề núi rừng thăm thẳm. Rừng thông tỏa bóng mát trên lối đi, rừng mơ với hàng ngàn vạn cánh hoa trắng muốt.

Sau hai giờ trèo núi ngắm cảnh, du khách đặt chân đến động Hương Tích, nơi trung tâm của thắng cảnh Hương Sơn. Con đường bậc đá đưa vào động rộng mà sâu hun hút, hai bên cây cối san sát, um tùm. Trong ánh sáng mờ mờ của động, trước mắt ta hiện lên bao hình thù kỳ lạ của những nhũ đá: nào cây gạo[1], cây tiền, cây vàng, cây bạc, nào lẫm gạo, giá áo, chuồng lợn, chuồng trâu, nào núi cậu, núi cô, đường lên trời, đường xuống đất[2]... Những cái tên ấy đã nói lên bao ước mơ của những người nông dân nghèo khổ xưa đến hội Chùa cầu phúc, cầu của, cầu con.

Hội chùa Hương hàng năm không phải chỉ là hội Chùa, hội Phật. Hội chùa Hương còn là ngày hội của tình yêu thiên nhiên, tình cảm dân tộc, thú vui dạo thuyền, leo núi, ngắm cảnh, chơi hang. Đi hội chùa Hương chính là một dịp tốt để rèn luyện sức khỏe và bồi dưỡng tâm hồn.

生　词

| hội | 庙会 | Hương Sơn | 香山（地名） |
| chùa Hương | 香迹寺 | địa phận | 地界，辖区 |

BÀI 23 HỘI CHÙA HƯƠNG

sông suối	溪流	trong vắt	清澈
bến đò	渡口	suối Yến	燕溪（地名）
đền chùa	寺庙	trải dài	绵延
độ	期间，时期	xanh thẳm	深绿
nồng nhiệt	热烈	lưng chừng núi	半山腰
tuổi trẻ	青年	hiện ra	出现
kéo đến	汇集	mái	屋顶
thác	瀑布	cổ kính	古老
hàng nghìn hàng vạn	成千上万	cây gạo	木棉树
chen chúc	拥挤	cổ thụ	古树
lũ lượt	成群结队	xinh xắn	秀丽，娇美
đường thủy bộ	水路和陆路	nổi	浮现
Nam Mô A Di Đà Phật	南无阿弥陀佛	lòng suối	溪流中
		đụn	垛
đằm thắm	情谊深厚	voi	大象
bầu không khí	气氛	phục	伏
chặng	一段（路）	xôi	糯米饭
tranh	图画	ông sư	僧人
xinh đẹp	秀丽	bà vãi	尼姑
bến Đục	都渡（地名）	dáng hình	外形，模样
thuyền nan	竹船	kỳ lạ	奇异
chở	运载，运输	rời	离开，分离
êm đềm	平稳	đặt tên	起名，定名
lướt	滑行	đặt chân	踏上，登上
dòng nước	水流	thoai thoải	微斜

men theo	沿着，顺着	tiền	钱
sườn núi	山腰	vàng	金
bốn bề	四面	bạc	银
thăm thẳm	深	lẫm	仓廪
thông	松树	giá áo	衣架
tỏa	散开	chuồng	圈，棚
bóng mát	树阴，阴凉	núi cậu	求子山
trắng muốt	洁白	núi cô	求女山
mơ	梅树	nói lên	说明，说出
động Hương Tích	香迹洞（地名）	ước mơ	憧憬，梦想
		nghèo khổ	穷苦
bậc	阶梯	cầu phúc	求福
ngắm	观赏	cầu của	求财
sâu hun hút	深不见底	Phật	佛
san sát	紧连	thú vui	乐趣
ánh sáng	光线	leo	爬
mờ mờ	昏暗	dạo	游逛
hình thù	形状	bồi dưỡng	培养，陶冶
nhũ đá	钟乳石	tâm hồn	心灵，情操

注释

1. cây gạo：在此句中不是指木棉树，而是形容堆成树形的米垛。
2. đường xuống đất：入地之路。

BÀI 24   TRUYỆN VUI
笑话四则

I. THÁM HIỂM BẮC CỰC

—Bố ơi, sau này lớn lên con muốn trở thành nhà thám hiểm Bắc cực bố ạ!

—Khá lắm, bố hoàn toàn ủng hộ.

—Muốn thế con cần phải rèn luyện thường xuyên ngay từ bây giờ cơ bố ạ.

—Thế con rèn luyện bằng cách nào?

—Đơn giản thôi ạ! Mỗi ngày bố cho con tiền mua một que kem để quen dần với cái lạnh khủng khiếp của Bắc cực, bố đồng ý chứ?

II. TÍNH LƯỜI BIẾNG LÀ GÌ

Cô giáo ra cho học sinh đề bài tập làm văn sau đây "Tính lười biếng là gì?"

Một giờ sau, một em học sinh trai lên nộp bài cho cô. Cô xem: trang đầu để giấy trắng, trang thứ hai và trang thứ ba cũng chẳng có chữ nào. Tới trang thứ tư, cô giáo đọc "Đó chính là tính lười biếng".

III. ẢNH HƯỞNG CỦA NÓNG VÀ LẠNH

Trong giờ vật lý thầy giáo đặt câu hỏi cho các học sinh về ảnh hưởng của nóng và lạnh tới các vật thể.

Một học sinh giơ tay xin trả lời:

—Thưa thầy nóng làm cho các vật thể giãn nở, còn lạnh thì khiến chúng co lại.

—Em khá lắm, — thầy giáo khen — Em hãy nêu lên một thí dù.

—Thưa thầy, mùa hè trời nóng nên ngày dài. Còn mùa đông trời lạnh nên ngày ngắn hơn ạ.

IV. MÈO LẠI HOÀN MÈO

Ngày xưa có một người nuôi một con mèo. Nghĩ con mèo của mình khôn ngoan, tài giỏi không loài nào hơn nữa, mới đặt tên cho là "Trời".

Một hôm có khách đến chơi, thấy sự lạ mới hỏi:

—Sao ông lại dám gọi con mèo của ông là con "Trời"?

Chủ nhà đáp:

—Con mèo của tôi quý hóa có một không hai. Gọi là con mèo thì không được. Phải gọi là con "Trời" mới xứng đáng vì không ai hơn được "Trời".

Khách hỏi:

—Thế, mây chẳng che được trời là gì? [1]

Chủ nhà bảo:

—Vậy thì tôi gọi nó là con "Mây".

Khách lại hỏi:

—Nhưng gió lại đuổi được mây!

Chủ nhà lại bảo:

—Thì tôi gọi nó là con "Gió".

—Nhưng thành lại cản được gió!

—Thì tôi gọi nó là con "Thành".

—Nhưng chuột lại khoét được thành!

—Thì tôi gọi nó là con "Chuột".

—Nhưng mèo lại bắt được con chuột!

Chủ nhà nghĩ ngợi rồi bảo:

—Thì tôi lại cứ gọi nó là con mèo như trước vậy.

Khách vỗ tay cười:

—Thế có phải là "Mèo lại hoàn mèo" như câu tục ngữ ta vẫn thường nói không?

生 词

trở thành	成为，变为	que	根，枝
thám hiểm	探险	kem	冰棍
Bắc cực	北极	khủng khiếp	可怕，恐惧
hoàn toàn	完全	đề bài	文章题目
ủng hộ	拥护，支持	làm văn	作文
đơn giản	简单	lười biếng	懒惰

trai	男的	sự lạ	怪事
chẳng có	没有	quý hóa	珍贵，可贵
để	留出	có một không hai	独一无二
vật thể	物体	xứng đáng	相称
đặt câu	造句	đuổi	驱赶
giãn nở	膨胀	cản	阻挡
giơ tay	举手	chuột	老鼠
thí dụ	例子	khoét	挖
co lại	收缩	bắt	捉
ngắn	短	nghĩ ngợi	思考
mèo	猫	vỗ tay	拍手，鼓掌
hoàn	还原	mèo lại hoàn mèo	猫还是猫
khôn ngoan	乖巧	tục ngữ	谚语，俗语

注释

1. chẳng ... là gì：用反问句式表示肯定。例如：

— Cậu trước kia chẳng phải đã thề không lấy vợ là gì?

— Người ta chẳng đã nói quý như vàng đấy là gì?

BÀI 25   LỜI NÓI CHẲNG MẤT TIỀN MUA[1]
好言好语

Một buổi chiều thứ năm, em được mẹ bảo đi chợ mua rau về nấu canh. Chợ Hàng Bè hôm ấy thật đông đúc, em chen mãi mới vào tới nơi. Chợt em thấy trong đám đông xuất hiện một chị thanh niên ăn mặc rất đẹp, tay xách chiếc túi cước có điểm những bông hoa đỏ. Khuôn mặt chị bầu bĩnh, mắt một mí có kẻ lông mày đen nhánh, đôi môi tô son đỏ thẫm.

Mọi người đang mua bán tíu tít thì có một bà cụ già tay chống gậy, dáng đi vẻ mệt nhọc đến gần chị thanh niên ăn diện. Bà cụ hỏi chị:

—Cháu[2] ơi, cháu chỉ giúp già hiệu thuốc nam ở gần đây với!

Chị thanh niên đang mua thịt bỗng quay lại vẻ mặt cau có, nói cộc lốc:[3]

—Không biết!

Bà cụ nheo mắt khó chịu nhưng làm ra vẻ như không có gì và lại hỏi tiếp:

—Thế cháu làm ơn chỉ giúp già đến phố Hàng Trống vậy!

Lần này, chị ta quay lại gắt lên:

—Đã bảo không biết mà cứ hỏi mãi! Lẩm cẩm!

Cũng lúc đó có một anh thanh niên trạc 20 tuổi, mặc bộ quần áo xanh công nhân giản dị, đi tới. Nghe bà cụ nói, anh ôn tồn, lễ phép nói với cụ:

— Bà ạ, phố Hàng Trống gần đây thôi! Để cháu[2] dẫn bà đi nhé!

Rồi anh dắt bà cụ chầm chậm ra khỏi chỗ đông. Mọi người xung quanh cứ xì xào bàn tán về cử chỉ văn minh lịch sự của anh và chê trách chị kia. Chị thanh niên ăn diện ấy đỏ mặt và lảng đi nơi khác.

Em cùng mọi người cứ nhìn theo bóng anh thanh niên cho đến khi màu áo xanh công nhân khuất hẳn.

Chắc mọi người cũng quí mến anh như em vậy.

生　词

rau	蔬菜	mí	眼皮
canh	汤	kẻ	画线
chợ Hàng Bè	筏行街集市（地名）	lông mày	眉毛
		đen nhánh	黑油油
đông đúc	人多	môi	嘴唇
chen	挤	tô	描画
chợt	突然间	son	口红，胭脂
đám	堆，丛	đỏ thẫm	深红
ăn mặc	穿着，衣着	tíu tít	繁忙
cước	白丝	chống	拄
điểm	点缀	gậy	拐杖，棍棒
bầu bĩnh	丰满	mệt nhọc	疲惫

BÀI 25 LỜI NÓI CHẲNG MẤT TIỀN MUA

ăn diện	打扮漂亮	giản dị	简朴
già	老身（自称）	ôn tồn	温和
thuốc nam	草药，南药	lễ phép	有礼貌
với	（语气词，表请求）	dắt	引领，扶携
		chầm chậm	慢慢的
cau có	皱眉头	xì xào	叽叽咕咕
cộc lốc	短秃，缺头少尾	bàn tán	议论
		văn minh	文明
nheo mắt	微闭着眼	lịch sự	彬彬有礼，文雅
làm ơn	劳驾		
phố Hàng Trống	鼓行街（地名）	chê trách	指责，责怪
		lảng đi	溜走
gắt	呵喝，呵斥	khuất	消失
lẩm cẩm	老糊涂	hẳn	完全
trạc	约莫（指年龄）	quý mến	爱戴

注释

1. **Lời nói chẳng mất tiền mua**：这是一句越南谚语，意思为：说话不用花钱买，多说好话，大家高兴。

2. **cháu**：课文中一处是年长者称呼年轻人，另一处是年轻人对年长者的自称。

3. **nói cộc lốc**：说话没有人称代词，指不礼貌的说话态度。

BÀI 26   CON CÁO VÀ TỔ ONG
狐狸和蜂巢

Xưa kia, ở khu rừng nọ có một tổ ong trên cành lá cây lim già cao tuổi nhất khu rừng. Sống trong tòa nhà bằng sáp nguy nga ấy có một bầy ong cần cù, biết đùm bọc thương yêu nhau như anh em ruột thịt.

Đứng đầu bầy ong đó là một cô ong chúa[1] dũng cảm, người đã dẫn đầu đàn ong vượt qua hiểm nguy gian khó tới khu rừng hoang này làm tổ.... Mỗi buổi sớm, cả khu rừng náo nhiệt hẳn lên bởi tiếng vỗ cánh rào rào của hàng ngàn chú ong thợ[1] bay đi kiếm nhụy hoa. Ngày này qua ngày khác, tháng này qua tháng khác, kho mật của bầy ong đầy ăm ắp, hương thơm ngào ngạt sực nức cả một vùng. Một hôm, có một con cáo già lang thang đi kiếm ăn đã mò tới khu rừng có bầy ong làm tổ. Nó nhìn thấy ngay tổ ong ngon lành treo lủng lẳng trên cành cây. Tai nó giương lên nghe ngóng, mắt nhìn tổ ong không chớp. Mùi mật ong bay ra làm nó thèm rỏ rãi. Đợi bầy ong bắt đầu đi làm vắng, nó nhẹ nhàng leo lên cây, trong bụng lấy làm khoái trá. Nào ngờ, cáo ta[2] chưa kịp bám vững vào thân cây thì bầy ong đã phát hiện ra. Theo lệnh của ong chúa, tất cả những chú ong còn lại trong tổ đều lao vào cuộc chiến đấu. Từ bốn phía ập tới, bầy ong lăn xả vào con cáo gian ngoan. Con thì đốt chân, con đốt đuôi, con cắm vào tai, vào mõm cáo.... Cáo ta tối tăm mặt mũi, rú lên đau đớn rồi ngã nhào xuống đất. Sau phút hoảng hồn, nó trở nên liều lĩnh. Nó quật đuôi, vung tay đập phải đập trái, miệng đớp lia lịa. Trận đánh trở lên ác liệt. Có chú ong bị cáo đánh trúng, lảo đảo ngã xuống. Đã có một số chú ong hoảng sợ không dám xông vào.

Nhưng ong chúa đã nêu gương dũng cảm, lao thẳng vào mắt cáo ra sức cắm vòi mà đốt. Nhiều chú ong khác lao theo ong chúa, đốt cáo liên tục. Cáo ta rú lên vật vã. Nó thở phì phò, mắt đờ dại, dãi rớt nhỏ ròng ròng, khắp người nổi cục, có chỗ chảy máu. Cố gắng thoát thân, nó loạng choạng như thấy trời đất quay cuồng trước mặt. Cứ thế, nó cắm đầu cắm cổ mà chạy thục mạng, bên tai còn vẳng theo tiếng reo hò thắng trận của bầy ong.

Về tới nhà, cáo nằm lăn ra đất. Bộ lông của cáo già trước đây đẹp bóng như bôi mỡ, thế mà giờ xơ xác chẳng khác nào một con chó ghẻ. Mình mẩy cáo thâm tím, mắt sưng húp, bầm máu. Thật đáng đời kẻ ăn cướp! Từ đó, mỗi lần nhìn thấy tổ ong, cáo già lại nhớ đến bài học làm nó choáng váng. Bầy ong được trở lại cuộc sống thanh bình trong khu rừng yên vui có bầu trời xanh cao lồng lộng. Nếu có dịp vào khu rừng ấy, bạn sẽ thấy tiếng suối reo róc rách, róc rách như kể mãi trận đánh oanh liệt của bầy ong dũng cảm năm nào.

生　词

cáo	狐狸	khu	区
ong	蜜蜂	cây lim	格木
xưa kia	从前，很久以前	sáp	蜂蜡

nguy nga	巍峨	rỏ (nhỏ)	滴
đùm bọc	保护，庇护	rãi (dãi)	口水，唾液
thương yêu	疼爱	vắng	不在场
chúa	王，主	khoái trá	畅快，快意
dũng cảm	勇敢	nào ngờ	岂料
dẫn đầu	率领	bám	抓住，贴住
hiểm nguy	危险	vững	稳
gian khó	艰苦	lệnh	命令
hoang	荒	ập tới	闯到
bởi	因为，由于	lăn xả vào	猛冲入
rào rào	（拟声词）	gian ngoan	奸诈
thợ	工匠	đốt	蜇，叮咬
nhụy hoa	花蕊	đuôi	尾巴
mật	蜂蜜	mõm	兽嘴
đầy ăm ắp	满满的	tối tăm mặt mũi	眼前发黑
ngào ngạt	馥郁	rú	大叫
sực nức	浓烈	đau đớn	痛苦，疼痛
lang thang	游荡	ngã nhào	倒栽葱
mò	摸索	hoảng hồn	吓丢了魂儿
ngon lành	香甜，美味可口	liều lĩnh	拼命，不顾一切
lủng lẳng	悬空	quật	摔打
giương	张开	vung tay	抡臂
nghe ngóng	探听	đập	拍打，捶打
chớp	眨眼	miệng	嘴
thèm	馋		

BÀI 26 CON CÁO VÀ TỔ ONG

đớp	张嘴叮咬	vẳng	远处传来
lia lịa	连连	reo hò	欢呼
ác liệt	激烈	thắng trận	打胜仗
trúng	中	nằm lăn ra	猛然躺下
lảo đảo	踉跄	bóng	光亮
hoảng sợ	惊慌	bôi	涂，擦
xông	冲	mỡ	油脂
nêu gương	树立榜样	thế mà	然而
vòi	吸盘	giờ	现在
liên tục	连续	xơ xác	凋残，破破烂烂
vật vã	翻滚	chẳng khác nào	没有什么不同
thở phì phò	气喘吁吁		
đờ dại	呆滞	ghẻ	疥疮
rớt	垂落	mình mẩy	身体
ròng ròng	成行	thâm tím	深紫色
cục	鼓包	sưng húp	肿胀
máu	血	bầm máu	淤血
thoát thân	脱身	đáng đời	活该
loạng choạng	摇摇晃晃	ăn cướp	抢劫
quay	旋转	choáng váng	头晕眼花
cuồng	狂乱	trở lại	恢复
cắm đầu cắm cổ	低头，埋头	cao lồng lộng	辽阔，高远
		róc rách	淙淙
thục mạng	拼命，不要命	oanh liệt	轰轰烈烈，壮烈

注释

1. cô ong chúa, chú ong thợ：在童话故事中，常把动物拟人化，所以这里用 cô 指称蜂王（雌），用 chú 指称工蜂（雄）。
2. cáo ta：在名词或代词后加 ta 是一种蔑称，如 ông ta, hắn ta。

BÀI 27   BỨC THƯ GỬI ANH Ở NƠI XA
寄远方兄长

Hà Nội, ngày 25 tháng 2 năm 1995

Anh Tiến xa nhớ[1],

Đã lâu rồi, gia đình chưa nhận được thư anh. Bố mẹ mong tin anh lắm! Mẹ bảo em viết thư này thăm anh và kể chuyện vui cho anh nghe.

Anh Tiến ơi! Dạo này ở dưới xuôi trời rét lắm. Chắc ở trên biên giới còn rét hơn nhiều phải không anh? Anh nhớ giữ gìn sức khỏe cho khỏi bị ốm đấy anh nhé! Ở nhà ta, bố mẹ và chúng em vẫn sinh hoạt bình thường. Riêng em vừa được trải qua ngày sinh nhật lần thứ mười rất vui và đáng nhớ mãi.

Tối hôm ấy thật không may vì cả khu phố mình bị mất điện. Trang trí nhà cửa xong xuôi, em ngồi ăn cơm mà lòng lo lắng vì sợ các bạn không đến được cùng dự ngày vui của em. Đúng bẩy giờ rồi mà trong nhà chỉ có ngọn đèn dầu lù mù. Bên ngoài ngọn đèn đường hắt ánh sáng yếu ớt xuống đường phố vừa qua một trận mưa. Em đi ra đi vào, hết sửa lọ hoa rồi lại[2] xếp lại đĩa bánh kẹo cho ngay ngắn chờ các bạn tới. Sốt ruột quá, em luống cuống suýt làm đổ cả chiếc đèn dầu. Đang lo lắng và buồn bã thì em chợt nghe thấy tiếng cười ran ở ngoài phố. Em vội chạy ngay ra và sung sướng reo to:

—A! Chào các bạn! Mình cứ tưởng trời tối thế này, các bạn không đến được.

Bạn Chi của em nhanh nhẩu nói:

—Sao lại không đến! Chúng tớ còn đi rủ nhau nên hơi muộn một tí. Đằng ấy chờ lâu phải không?

Thế là chẳng mấy chốc, từng tốp các bạn đã đến đông vui, ngồi chật cả gian nhà ấm cúng. Em vặn to ngọn đèn dầu cho sáng thêm rồi thận trọng đặt lên mặt tủ cho cao. Tất cả chúng em ngồi ăn uống vui vẻ. Trong lúc ăn, các bạn kể chuyện, vui cười hồn nhiên. Ăn xong, các bạn lại hát tặng em những bài hát thật hay. Nghe các bạn hát hò vui vẻ, em lại chợt nghĩ đến anh ở nơi xa đang làm nhiệm vụ bảo vệ Tổ quốc. Ước gì có anh ở đây thì vui biết bao nhiêu!

Mãi đến chín giờ rưỡi tối, các bạn mới chia tay em ra về chuẩn bị bài để mai đi học sớm. Thế là ngày sinh nhật của em không có điện sáng nhưng vẫn vui vì có các bạn đông đủ phải không anh! Có được ngày vui như thế, em cảm thấy mình lớn hơn một chút. Em hứa sẽ gương mẫu học giỏi[3], chăm ngoan để cho em Thúy noi theo. Em cũng muốn bố mẹ và anh luôn luôn vui lòng vì em.

Chúc anh luôn vui và mạnh khỏe!

Em gái của anh
Nguyễn Thị Chính

BÀI 27 BỨC THƯ GỬI ANH Ở NƠI XA

生 词

Tiến	阿进（人名）	luống cuống	慌里慌张
mong	盼望，期待	suýt	差一点，险些
tin	消息	đổ	倒下
dưới xuôi	平原地区	buồn bã	愁闷
biên giới	边界	ran	响声大作
giữ gìn	保护，保重	a	（叹词）
khỏi	免于	tưởng	以为
sinh hoạt	生活	Chi	小枝（人名）
bình thường	正常，平常	nhanh nhảu	敏捷
sinh nhật	生日	lại	却
mất điện	停电	chúng tớ	我们（亲密的俗称）
trang trí	布置		
xong xuôi	停当，完毕	rủ	相邀
lo lắng	担心，忧虑	đằng ấy	你（亲密的俗称）
dự	参加	chẳng mấy chốc	没多会儿
đèn dầu	油灯		
lù mù	昏暗	tốp	组，群
hắt	斜射	chật	满，拥挤
yếu ớt	微弱	ấm cúng	温暖
xếp	排列，摆	vặn	拧
ngay ngắn	整齐	thận trọng	小心谨慎，慎重
sốt ruột	着急	hồn nhiên	自然，纯真

ước gì	多么希望	ngoan	乖
chia tay	分手	Thúy	小翠（人名）
đông đủ	齐全	noi theo	学习
gương mẫu	模范，榜样	vui lòng	欢心，满意

注释

1. xa nhớ：写信时用于人名之后，意思是想念远在千里之外的亲人。
2. hết... lại...：干完（这件事），又干（那件事），事情很多，一件接一件地干。
3. gương mẫu học giỏi：带头学好，带头努力学习。

BÀI 28   GIỜ RA CHƠI
课　间

Tùng!...Tùng!...Tùng!... ba hồi trống vang lên báo hiệu giờ ra chơi làm cho toàn lớp em sửng sốt và bật lên như những cái lò xo. Theo lệnh của cô giáo, chúng em ùa xuống sân như một đàn ong vỡ tổ[1].

Sân trường vắng lặng bỗng chốc đã ồn lên những tiếng cười, tiếng nói vui vẻ. Chỗ này tụm năm tụm ba các bạn nam đang nhộn nhịp đá cầu. Chỗ kia mấy bạn nam đang ríu rít trò chuyện sôi nổi. Phía các bạn nữ, cuộc nhảy dây đang ở trong không khí hấp dẫn. Mọi người đã vượt qua các động tác nhảy ban đầu một cách khá dễ dàng và trót lọt. Bây giờ mới đến giai đoạn khá gay gắt và khó khăn. Nhiều bạn đã bị loại ra ngoài với nét mặt buồn thiu. Chỉ còn ba, bốn bạn nhảy, nét mặt cứ tươi roi rói. Các bạn gái đang vượt qua các động tác khó và uyển chuyển nên được các bạn đứng ngoài reo hò cổ vũ với những tiếng hô: "Cố lên! Cố lên!..." Xế bên cạnh, nhóm bạn nam cũng say sưa đá cầu, vui chẳng kém các bạn nữ. Mọi người trố mắt nhìn có vẻ ngạc nhiên lắm khi thấy bạn Tuấn đang nâng cầu đến lượt thứ năm mươi ba quả cầu vẫn nhảy nhót trên đùi bạn. Lạ kì thay, được sự cổ vũ của các bạn, hôm nay bạn Tuấn như có phép lạ. Tuấn vận dụng đôi chân thật là khéo léo, khi nâng bên trái, khi nâng bên phải, làm cho quả cầu không thể rơi xuống đất.

Dưới bóng mát của cây dừa, các bạn nam lớp 5C đang túm tụm vào đánh tú-lơ-khơ. Một bạn đánh con "át nhép" và chỉ còn một con nữa trong tay. Trông bạn hớn hở ra mặt. Chắc bạn đang nghĩ: "Bài mình sẽ về nhất". Nhưng bỗng một chú "hai cơ" từ tay bạn khác đã bay ra chặn đường. Thế là bạn kia giật mình sửng sốt kêu lên: "Chết rồi! Tớ thua rồi!"...

Ngồi dưới cây phượng là sáu bạn cùng xem chung tờ báo Thiếu niên. Các bạn chăm chú đọc rồi bàn tán sôi nổi về bài báo vừa đọc. Thỉnh thoảng có bạn lấy tay che miệng cười thích thú... Sân trường vui lắm nhé. Mấy chú chim chích chòe hót líu lo như cũng muốn tham gia vào những cuộc vui của chúng em dưới ánh nắng vàng của mùa thu.

Bỗng ba hồi trống lại vang lên báo hiệu 15 phút ra chơi kết thúc. Mọi trò chơi đều ngừng lại và ai nấy đều nhanh chân chạy về chỗ qui định để xếp hàng vào lớp.

Giờ ra chơi vui vẻ, lành mạnh làm tâm hồn em thoải mái: Đầu óc em như minh mẫn hẳn lên. Chắc chắn những giờ học sau, em sẽ phấn khởi và tiếp thu bài được tốt.

生　词

tùng	冬冬（鼓声）	lò xo	弹簧
hồi	阵，通（量词）	ùa	涌出
sửng sốt	惊愕	vỡ	破

BÀI 28 GIỜ RA CHƠI

vắng lặng	寂静	xế	斜向
bỗng chốc	突然间	nhóm	一组，一伙儿
ồn	喧闹	say sưa	迷醉
tụm năm tụm ba	三五成群	trố mắt	瞪眼
nhộn nhịp	热闹	Tuấn	阿俊（人名）
đá	踢	nâng	抬起
cầu	毽子	lượt	次
ríu rít	叽叽喳喳	nhảy nhót	跳动，跳跃
trò chuyện	交谈，谈话	đùi	大腿
sôi nổi	沸腾	thay	（语气词）
dây	绳子	phép	法术
động tác	动作	vận dụng	运用，使用
ban đầu	起初，初期	khéo léo	灵巧，巧妙
dễ dàng	容易	rơi	下落
trót lọt	顺利	tú-lơ-khơ	扑克
giai đoạn	阶段	con	一张牌
gay gắt	尖锐，激烈	át nhép	梅花 A
khó khăn	困难	hớn hở ra mặt	喜形于色
loại ra	淘汰出局	nhất	第一
buồn thiu	闷闷不乐	hai cơ	红桃 2
tươi roi rói	满面春风	chặn đường	拦路，挡路
uyển chuyển	婀娜，轻柔	thua	输
cổ vũ	鼓舞，激励	cây phượng	凤凰木
hò	呼喊	tờ	张
cố lên	加油	thiếu niên	少年

thích thú	有趣	xếp hàng	排队
chim chích chòe	乌鹊	lớp	课堂
hót	鸟鸣	lành mạnh	健康
líu lo	啁啾	đầu óc	头脑
tham gia	参加	minh mẫn	敏锐
ai nấy	每一个人	phấn khởi	兴奋，振奋
qui định	规定	tiếp thu	接受

注释

1. như một đàn ong vỡ tổ：成语，常说 như ong vỡ tổ，一窝蜂似的。

BÀI 29 KHÔNG KHÍ TRONG LÀNH
纯净的空气

Các bạn thân mến! Bạn đã biết rằng ta có thể nhịn ăn hàng tuần mà không chết, nhịn uống có kém hơn nhưng cũng còn được mấy ngày. Còn nhịn thở? Thử nín thở ít phút xem có làm sao không?

Từ lâu, người ta đã biết thở là một dấu hiệu của sự sống, ngừng thở thì chết và khi chết cũng ngừng thở. Giây phút hiểm nghèo sẽ đến nếu bạn ngạt thở sau năm phút, còn khả năng nhịn thở quá lắm cũng không thể nào vượt qua phút thứ ba. Năm nghìn năm trước đây, người Ai Cập đã có được quan niệm thở chính là đưa "sinh khí" vào cơ thể. Đến năm 1774, thì người ta tìm ra ô-xy, sau đó La-voa-di-ê cho biết, nhiều chất cháy trong ô-xy tạo ra khí các-bô-níc và hơi nước nhất là tạo ra nhiệt năng. Cũng chính La-voa-di-ê đã phát hiện rằng con người hấp thụ ô-xy, thải ra khí các-bô-níc và hơi nước đồng thời phát nhiệt. Ông kết luận: ô-xy được đưa vào cơ thể để "thiêu đốt" thức ăn, duy trì sự sống. Ngày nay chúng ta đã nghiên cứu đầy đủ được sự "thiêu đốt" này nhưng nó khá phức tạp và không giống như sự thiêu đốt các nhiên liệu thông thường.

Không một phút giây nào ta không thở, kể cả lúc nói, lúc chạy nhảy, lúc ngủ... cũng như tim phổi luôn luôn làm việc, làm việc liên tục, từ lúc lọt lòng đến lúc nhắm mắt xuôi tay. Chỉ khác với tim là ở chỗ ta có thể thở nhanh, thở chậm hay ngừng thở giây lát tùy với ý thích chủ động của ta.

Cũng giống như tim đập, loài vật càng nhỏ, thở càng nhanh. Trẻ mới đẻ có 60 nhịp thở mỗi phút, người lớn thì mỗi phút thở 18-20 lần. Lượng không khí thở vào, cung cấp cho ta 21% ô-xy và 0.2‰ khí các-bô-níc, thở ra 16% ô-xy và 4% khí các-bô-níc. Như vậy ta thấy thở ra có hụt đi 5% ô-xy, lượng ô-xy ấy dùng để thiêu đốt trong cơ thể.

Không khí trong lành là không khí chứa nhiều ô-xy, ít khí các-bô-níc, ít bụi, ít chất độc, ít vi khuẩn. Không khí tốt cho một lớp học, không được quá tỷ lệ 1‰ khí các-bô-níc. Nếu tỷ lệ khí các-bô-níc lên đến 10% thì ta sẽ chết ngay lập tức vì làm ngừng thở. Khi xuống giếng sâu dễ bị ngất khi lượng khí các-bô-níc ở đó đã đến 2%.

Cách thở tốt nhất là nên tập thở sâu, vào các buổi sáng. Tư thế ngồi học cũng rất quan trọng cho hô hấp. Ngồi không ngay ngắn mà ngồi vẹo vọ thì làm méo mó lồng ngực.

Ngoài ra ta cần chú ý không thở bằng miệng. Không nằm sấp, không trùm chăn kín đầu khi ngủ, không mặc áo quá chật. Các bạn gái dùng áo ngực (xu-chiêng) chật quá cũng không nên.

Trồng cây là một biện pháp rất tốt để làm cho không khí trong lành thêm.

BÀI 29　KHÔNG KHÍ TRONG LÀNH

生 词

thở	呼吸	thức ăn	食物
nín	憋住，忍住	duy trì	维持
dấu hiệu	信号，记号	giống như	如同，像
giây	秒	nhiên liệu	燃料
hiểm nghèo	危险	thông thường	一般，通常
ngạt	窒息	lọt lòng	出生，落地
Ai Cập	埃及	nhắm mắt	死去
quan niệm	观念，认识	xuôi tay	
sinh khí	生气，活力	giây lát	片刻，很短时间
cơ thể	肌体	tùy	依照
ô-xy	氧气	chủ động	主动，主观
La-voa-di-ê	拉瓦锡（人名）	đập	跳动
chất	物质	loài vật	动物
khí các-bô-níc	二氧化碳	lượng	量
hơi nước	水蒸气	hụt	缺少
nhiệt năng	热能	dùng	用
phát hiện	发现	chất độc	毒质，毒物
hấp thụ	吸收，吸入	vi khuẩn	细菌
thải ra	排出	lập tức	立即
phát nhiệt	发出热量	sâu	深
kết luận	做出结论	ngất	晕厥
thiêu đốt	燃烧	tư thế	姿势，姿态

hô hấp	呼吸	sấp	面朝下
vặn vẹo	歪歪扭扭	kín	严实
méo mó	歪斜	xu-chiêng	乳罩
lồng ngực	胸部，胸腔	biện pháp	办法
trùm	蒙住，盖住		

BÀI 30   TẾT TRUNG THU
中秋节

Sau bao ngày náo nức chờ mong và tích cực chuẩn bị, rằm Trung thu hôm nay, trường em tổ chức cắm trại tại vườn hoa thành phố.

Chúng em tập trung tại vườn hoa vào lúc 6 giờ chiều và công việc đầu tiên được tiến hành là thi dựng trại giữa các lớp. Do được chuẩn bị chu đáo từ trước, lớp em nhanh chóng bắt tay vào việc. Kẻ đóng cọc, người căng bạt dựng khung, loáng một cái, trại của lớp em đã dựng xong và chúng em bắt tay vào trang trí trại. Bạn Nam, họa sĩ của lớp em, đã nghĩ ra một kiểu trang trí khá độc đáo. Dưới sự chỉ huy của Nam, bọn con trai thoăn thoắt làm việc, nào kê bàn ghế, dựng vật trang trí do Nam làm sẵn, sắp xếp mấy chậu cây, dán hình trên vách trại, mắc hệ thống đèn màu... Chừng 20 phút sau trại của chúng em đã biến thành một động tiên của các tiên nữ trên mặt trăng. Tiếp đó là thi bày cỗ trung thu với yêu cầu là nhanh, đẹp, rẻ. Phải nói là bọn con gái chúng em đã chuẩn bị chu đáo cho cuộc thi này. Từ chiều, chúng em đã gọt đu đủ xanh thành những bông hoa đủ kiểu. Bưởi được tách thành từng múi trông gọn gàng xinh xắn. Ngô rang nổ đều các hạt... Từ những thứ chuẩn bị từ trước, chúng em bày trong những chiếc mâm đồng sáng bóng. Mỗi mâm gồm đủ các loại hoa quả được bày rất khéo như những bông hoa khổng lồ đang xòe cánh.

Đúng 7 giờ tối, cuộc thi kết thúc. Chúng em bắt đầu vui tết Trung thu. Lúc này đã tối hẳn, trăng bắt đầu mọc ở phương đông. Ánh trăng bắt đầu chan hòa trong ánh điện. Chúng em ngồi quây quần quanh mâm cỗ, kể chuyện về tết Trung thu. Đầu tiên bạn Lê kể chuyện "Chú Cuội cung Trăng". Tiếp đến bạn Hạnh kể "Sự tích chiếc đầu sư tử", rồi bạn Thu chẳng biết sưu tầm ở đâu kể rất say sưa truyện vua Đường Minh Hoàng nằm mơ lên mặt trăng vào đêm rằm tháng tám... Trăng lúc này đã lên cao, treo lơ lửng trên bầu trời, rất sáng và tròn vành vạnh. Nghe chuyện, nhìn lên mặt trăng, chúng em tưởng như mặt trăng gần gũi với mình và mình đang lạc vào thế giới thần tiên trên đó.

Tiếp theo là ca hát những bài về trung thu. Tiếng đơn ca, tốp ca và từng tràng vỗ tay hoan hô kế tiếp vang lên. Kết thúc phần văn nghệ là bạn Lưu, học sinh giỏi năm ngoái đạt giải nhất văn của tỉnh, lên giới thiệu và ngâm ba bài thơ, cũng là ba bức thư của Bác[1] gửi cho thiếu nhi nhân dịp Trung thu thời kỳ kháng chiến chống Pháp. Giọng ngâm của bạn Lưu rất hay, rất truyền cảm.

Trăng mỗi lúc một cao, mỗi lúc một tròn và sáng. Chúng em bắt đầu phá "cỗ"[2] mừng trăng. Quanh mâm cỗ, không khí thật là vui. Chúng em vừa ăn cỗ vừa ngắm trăng, vừa râm ran trò chuyện. Thỉnh thoảng tiếng cười lại rộ lên.

Cứ thế, mãi đến lúc trăng lên gần đến đỉnh đầu, mâm cỗ mới được phá xong. Đó cũng là lúc Ban chỉ huy liên đội công bố kết quả các cuộc thi dựng trại và bày cỗ và tuyên bố kết thúc đêm trại Trung thu bổ ích và thú vị này.

BÀI 30 TẾT TRUNG THU

生 词

náo nức	兴致勃勃	thoăn thoắt	快速
tích cực	积极	nào	又是……又是
rằm	阴历十五	sẵn	事先做好
trung thu	中秋	sắp xếp	安排，摆设
cắm trại	露营，帐篷	chậu	大口盆
chúng em	我们（弟妹辈自称）	dán	贴
		hình	相片
tập trung	集中	vách	墙壁
công việc	工作	mắc	悬挂
trại	营寨	tiên nữ	仙女
do	由于	động tiên	仙人洞
chu đáo	周到	con gái	女子
bắt tay vào	着手	tiếp	持续，继续
đóng	钉入	gọt	削
cọc	桩子	đu đủ	木瓜
căng	撑挂	múi	瓣
bạt	帆布	tách	剖开
khung	架子	đều	均匀
loáng một cái	瞬间	rang	干炒
họa sĩ	画家	đồng	铜
chỉ huy	指挥	hạt	颗粒
con trai	男子	khổng lồ	巨大

sáng bóng	亮闪闪	hoan hô	欢呼
mọc	升起	Lưu	阿留（人名）
phương đông	东方	đạt	达到
ánh	光亮	giải nhất	一等奖
chan hòa	充满	văn	语文
ánh điện	电灯光	ngâm	吟咏
quây quần	围聚	thơ	诗
Lê	阿黎（人名）	thiếu nhi	少年
Chú Cuội	吴刚	nhân dịp	值……之际
cung trăng	月宫	thời kỳ	时期
Hạnh	阿杏（人名）	kháng chiến	抗战
sưu tầm	搜集	giọng	腔调
Đường Minh Hoàng	唐明皇	truyền cảm	有感染力
		râm ran	喧哗
nằm mơ	做梦	mỗi …một…	越来越……
lơ lửng	晃晃悠悠	rộ	齐响
tròn vành vạnh	圆圆的	ban chỉ huy	指挥部
thần tiên	神仙	liên đội	少先队大队
tiếp theo	接下去	công bố	公布
đơn ca	独唱	kết quả	结果
tốp ca	小合唱	bổ ích	补益，有益处
tràng	阵		

注释

1. **Bác**：对胡志明主席的尊称，第一个字母要大写。
2. **"cỗ"**：本义是宴席，文中放在引号里是因为在这里不是真正的宴席，只是糖果而已。

BÀI 31   MỘT BUỔI XEM XIẾC
看杂技

Tuần trước, tôi được xem ở thành phố Hồ Chí Minh một buổi biểu diễn tuyệt vời của một nhóm xiếc tí hon gồm bốn anh em ruột của một gia đình tài hoa.

Trong ánh điện rực rỡ và tiếng nhạc dồn dập, nghệ sĩ Công Tuấn 14 tuổi, anh cả của nhóm, ngất ngưởng trên chiếc xe đạp một bánh cao quá đầu người, ung dung nhảy bảy bậc thang lên bục, sau đó hai mắt bịt kín, khoan thai điều khiển xe đạp đi giật lùi xuống cầu thang nhẹ nhàng như người bước bộ.

Hồi hộp và thán phục, người xem tán thưởng những tiết mục độc đáo trên dây thép của em Duy Khiêm, một em gái 12 tuổi mà đã có cái vững vàng điêu luyện của một nghệ sĩ xiếc thực thụ. Em đạp xe trên dây, lắc vòng trên dây, tung hứng cây lửa trên dây, ngồi ghế vắt vẻo trên dây đung đưa như người đưa võng.

Bé Thuy Miên 10 tuổi, thu hút sự chú ý và cảm tình của người xem ở những động tác duyên dáng trong tiết mục lắc vòng. Bảy chiếc vòng rải rác trên sân khấu bỗng như có phép lạ chuyển động, quay tròn, quay tít quanh thân hình mềm dẻo của em. Đáng yêu nhất là bé Như Thảo, nghệ sĩ tí hon chưa đầy 5 tuổi. Bé lắc vòng, bé đạp xe một bánh, bé trổ tài hài hước. Dáng người lũn cũn, nét mặt hồn nhiên, nụ cười hóm hỉnh, bé diễn tả sinh động vai một em bé nghịch ngợm với những trò chơi oái oăm trong một công viên.

Kết thúc buổi biểu diễn, nhóm nghệ sĩ tí hon còn trình bày một số tiết mục tập thể sôi nổi: nhào lộn trên xà ngang bắc trên vai hai người đi xe đạp một bánh, lắc vòng lửa tỏa ra những vòng sáng lấp lánh chuyển động dồn dập đầy sức cuốn hút.

Khán giả ra về với niềm tự hào chính đáng về tuổi nhỏ Việt Nam tài hoa.

生 词

xiếc	杂技	bục	高台
tí hon	小小的	bịt	遮住
tài hoa	有才华	khoai thai	从容不迫
dồn dập	接连不断	giật lùi	倒退
nghệ sĩ	艺术工作者，演员	cầu thang	梯子
		bước bộ	步行
Công Tuấn	功俊（人名）	hồi hộp	激动、忐忑不安
anh cả	大哥	thán phục	叹服
ngất ngưởng	晃晃悠悠	tán thưởng	赞赏
ung dung	从容	thép	钢
thang	梯子	Duy Khiêm	唯谦（人名）

vững vàng	稳当	mềm dẻo	柔软
điêu luyện	精湛	Như Thảo	如草（人名）
thực thụ	真正的	trổ tài	显才能
lắc vòng	晃圈	hài hước	幽默
hứng	接住	lũn cũn	矮小
cây lửa	火棒	nụ cười	笑容
vắt vẻo	大模大样地	hóm hỉnh	机灵
đung đưa	摇荡	diễn tả	描写
võng	网床，吊床	sinh động	生动
Thuỵ Miên	瑞棉（人名）	nghịch ngợm	顽皮
thu hút	吸引	oái oăm	古怪
cảm tình	感情	trình bày	表演
duyên dáng	和谐优美	nhào lộn	翻滚
rải rác	分散	xà ngang	单杆
sân khấu	舞台	bắc	架起
chuyển động	转动	lấp lánh	闪耀
quay tít	飞转	cuốn hút	吸引
thân hình	身形	chính đáng	正当

BÀI 32 BAY LÊN CÁC VÌ SAO
飞向太空

  Đêm Trung thu, nhìn lên mặt trăng tròn ta thấy có chỗ tối chỗ sáng, tạo thành những hình thù mà ngày xưa người ta thường gọi là "cây đa, chú Cuội."

  Tương truyền ngày xưa vua Đường Minh Hoàng nằm mơ thấy bay lên cung Trăng, gặp chị Hằng Nga vô cùng xinh đẹp, xem điệu múa Nghê thường trong cung Quảng Hàn quanh năm lạnh lẽo.

  Ngày nay con người đã cất cánh bay vào khoảng không vũ trụ, đã đặt chân lên mặt trăng, đã tận mắt nhìn thấy quang cảnh hoang vu lởm chởm những miệng núi lửa trên bề mặt mặt trăng. Qua những bức ảnh chụp và mẫu đất đá lấy từ mặt trăng về, có thể khẳng định rằng trên mặt trăng không có chị Hằng Nga, "cây đa, chú Cuội", mà ngay cả vi trùng, vi khuẩn cũng không có nữa. Trên mặt trăng không phải quanh năm lạnh lẽo như người ta tưởng, mà có lúc lạnh lúc nóng, ban đêm lạnh đến -150 độ C, nhưng ban ngày lại nóng đến 130 độ trên độ không!

  Cách đây không lâu người ta còn tin rằng trên sao Hỏa, sao Kim, trên các hành tinh có người văn minh hơn người ở trái đất nhiều. Nhờ các trạm tự động của nước Nga liên tiếp đổ bộ nhẹ nhàng xuống bề mặt sao Kim, sao Hỏa, người ta đã có thể khẳng định rằng chuyện "người sao Hỏa", "người sao Kim" chỉ là những câu chuyện hoang đường, và trong hệ thống mặt trời chỉ trái đất là nơi có người, có động vật và thực vật cao cấp, có cuộc sống văn minh.

  Khoa học vũ trụ không phải chỉ có mục đích thỏa mãn lòng ham muốn hiểu biết của người. Hiện nay ở nhiều nước, các vệ tinh nhân tạo đã được sử dụng để dự báo thời tiết một cách chính xác và dài ngày, để truyền hình vô tuyến đi xa hàng vạn ki-lô-mét, để thăm dò tài nguyên thiên nhiên trên mặt đất, để phân vùng nông nghiệp, phát hiện sâu bệnh, cháy rừng v.v... Khoa học vũ trụ ngày nay không còn là một cái gì xa xôi, viển vông nữa, mà đang trở thành một ngành khoa học có nhiều ứng dụng thực tiễn, có khả năng phục vụ trực tiếp cho đời sống và sản xuất của con người thế kỷ 21.

  Những thành tựu kỳ diệu của khoa học vũ trụ có thể xem là đỉnh cao của trí tuệ con người. Tuy nhiên đây mới chỉ là bước đầu. Ngành khoa học vũ trụ là một ngành khoa học còn non trẻ. Chắc chắn rằng tương lai sẽ dành cho chúng ta nhiều thành tựu đẹp đẽ hơn, rực rỡ hơn nữa.

  Các bạn trẻ thân mến! Chúng ta sung sướng và tự hào là những người được chứng kiến những bước đi đầu tiên của con người trong công cuộc chinh phục vũ trụ, đồng thời là những người được thừa hưởng những thành quả đầu tiên của khoa học du hành vũ trụ. Chúng ta lại càng sung sướng và tự hào hơn nữa, nếu một ngày không xa chính bản thân chúng ta có thể góp phần dù nhỏ bé vào sự nghiệp quang vinh: thúc đẩy sự phát triển của khoa học du hành vũ trụ vì hạnh phúc và tiến bộ của nhân loại.

BÀI 32 BAY LÊN CÁC VÌ SAO

生　词

vì	颗（星星）	rằng	（助词）
tối	黑	vi trùng	细菌
sáng	亮	độ không	零度
tạo thành	造成	ban ngày	白天
cây đa	榕树	sao Hỏa	火星
vua	皇帝	sao Kim	金星
tương truyền	相传	trạm tự động	自动空间站
Hằng Nga	嫦娥	trái đất	地球
vô cùng	无比	hoang đường	荒唐
điệu múa Nghê thường	霓裳舞	đổ bộ	着陆
		mục đích	目的
cung Quảng Hàn	广寒宫	cao cấp	高级
lạnh lẽo	冷清	ham muốn	贪求
cất cánh	起飞	thỏa mãn	满足
khoảng không	空间	vệ tinh nhân tạo	人造卫星
tận mắt	亲眼	hiểu biết	知识
hoang vu	荒芜	truyền hình	电视；传送电视信号
lởm chởm	嶙峋		
núi lửa	火山	vô tuyến	无线电
bề mặt	表面	thăm dò	勘探
mẫu	样品	tài nguyên	资源
khẳng định	肯定	phân vùng	划分地区

sâu bệnh	病虫害	sung sướng	高兴
xa xôi	遥远	chinh phục	征服
viển vông	虚幻	thừa hưởng	享受
ứng dụng	应用	thành quả	成果
thực tiễn	实践	du hành	航行
khả năng	能力	bản thân	本身
kỳ diệu	奇妙	góp phần	贡献一份
trí tuệ	智慧		力量
tuy nhiên	然而	sự nghiệp	事业
bước đầu	初步	quang vinh	光荣
non trẻ	年轻	nhân loại	人类
dành	留下		

BÀI 33 HỘI ĐUA VOI MỪNG XUÂN Ở TÂY NGUYÊN
西原迎春赛象

    Sáng hôm ấy, khi hoa rừng đua nở muôn hương nghìn sắc, tiếng chiêng, tiếng trống, tiếng tù và vang động núi rừng, bà con các dân tộc Ê-đê, Mơ-nông từ các buôn, bản[1] với trang phục ngày Tết rực rỡ, rộn ràng kéo đến trường đua để xem hội đua voi.

    Trường đua voi là một bãi đất trống bằng phẳng. Hàng trăm con voi xếp hàng ngang và những chàng quản voi trai trẻ và khỏe đã ngồi chễm chệ trên ngai voi chờ đợi. Đoàn voi sẽ đi thi một chặng đường hàng chục cây số. Khi hồi chuông âm vang, rồi tù và rúc lên báo hiệu lệnh xuất phát thì bà con các dân tộc vỗ tay reo hò cổ vũ cho voi của buôn mình, bản mình. Những con voi cuốn vòi như chào khán giả, và theo sự điều khiển của những người quản voi cứ chen nhau mà lao về phía trước, để lại đằng sau những đám bụi mịt mù. Voi đi như vũ bão khác hẳn với dáng nặng nề, chậm chạp hằng ngày. Thỉnh thoảng chàng quản voi thúc chân vào bụng voi, voi lại rống lên, vẻ phấn chấn. Khi voi về gần tới đích, hòa với tiếng chiêng, tiếng trống, tiếng tù và vang động núi rừng là tiếng reo hò, mời gọi của người xem. Chàng quản voi thắng cuộc ghìm voi lại, ra hiệu cho voi chào khán giả, rồi tiến lên nhận phần thưởng. Voi được thưởng nào mía, nào chuối, nào đường; người được thưởng chè, thuốc, kẹo gói trong một tấm giấy đỏ tươi.

Ngày trước, hội đua voi có khi kéo dài đến hai ba ngày. Đó là một dịp vui chơi và trổ tài huấn luyện, điều khiển voi của đất Tây Nguyên thượng võ.

生 词

đua	比赛	quản voi	驯象人
nở	开	ngồi chễm chệ	高坐在
muôn hương	万紫千红	ngai	座椅
nghìn sắc		đoàn	群
tù và	号角	cây số	公里
vang động	震响	âm vang	响起
Ê-đê	埃德族	rúc	长鸣
Mơ-nông	莫侬族	xuất phát	出发
buôn	寨子	vòi	象鼻
bản	寨子	đằng sau	后面
trang phục	服装	mịt mù	昏暗
rộn ràng	兴高采烈	vũ bão	暴风雨
trường đua	赛场	nặng nề	沉重
bằng phẳng	平坦	thúc	捅
ngang	横排	rống	吼叫
chàng	青年	hòa	融合，融汇

BÀI 33 HỘI ĐUA VOI MỪNG XUÂN Ở TÂY NGUYÊN

thắng cuộc	取胜	mía	甘蔗
ghìm	制住，拖住	chuối	香蕉
ra hiệu	示意	đường	糖
phần thưởng	奖赏，奖品	đỏ tươi	鲜红
thưởng	奖赏	huấn luyện	训练
nào... nào...	（列举，表多样性）	thượng võ	尚武

注释

1. buôn, bản：越南少数民族地区相当于 làng（村）的行政单位。

BÀI 34   TỪ HAI BÀN TAY
双手创造一切

Ngày xưa, có một người tên là Mai An Tiêm làm ăn chăm chỉ, lại biết nhiều nghề. An Tiêm được nhà vua yêu mến, nhận làm con nuôi.

Một hôm, trong bữa tiệc thết khách An Tiêm chỉ vào các thứ trong nhà, vui vẻ nói:

— Tất cả những thứ này đều do tay tôi làm ra.

Một viên quan trong triều vốn ghen ghét An Tiêm bèn về tâu với vua. Vua đùng đùng nổi giận nói: "Do bàn tay nó làm ra cả, vậy để xem nó sống ra sao với hai bàn tay ấy!"[1]

Sau đó, An Tiêm bị đày đến một đảo hoang. Thấy trước mặt là bãi cát mịt mù không một bóng người, núi rừng hoang vắng, vợ An Tiêm sợ hãi khóc nức nở:

— Thế này thì vợ chồng ta chết đói mất thôi!

An Tiêm bảo vợ:

— Còn hai bàn tay, ta còn sống được.

Nói rồi, An Tiêm bắt tay làm ngay mọi việc.

An Tiêm uốn cung, vót tên để bắn chim làm thức ăn hàng ngày; dựng nhà đã có tre, gỗ, cỏ gianh trong rừng. An Tiêm lấy gỗ đóng cho vợ một cái khung cửi. Vợ An Tiêm tước cỏ cói phơi khô để dệt thành vải may quần áo.

Một hôm, nghe tiếng chim kêu ngoài bãi, hai vợ chồng ra xem thì thấy một đàn chim đang nhả những hạt đen đen trên mặt cát. An Tiêm lấy hạt đem trồng trong vườn, bụng nghĩ thầm: "Thứ quả này chắc là lành, chim ăn được ắt người cũng ăn được."

Quả nhiên ít lâu sau, hạt mọc thành cây rồi đâm hoa kết quả. Quả có vỏ màu xanh thẫm nhưng khi chín, bổ ra thấy ruột đỏ, cùi trắng, hạt đen nhánh. Ăn thấy ngọt và mát. Đó là giống dưa đỏ[2] ngày nay.

Một hôm, nhân mùa hái quả, An Tiêm khắc tên mình vào quả dưa rồi thả xuống biển, nhờ sóng biển đưa vào đất liền. Một người dân nhặt được đem dâng vua. Vua biết An Tiêm vẫn còn sống trên đảo vắng, nghĩ thầm: "An Tiêm đã nói đúng: tất cả mọi của cải đều do hai bàn tay làm ra." Vua cho phép vợ chồng Mai An Tiêm được trở về đất liền.

生　词

bàn tay	手掌	tiệc	宴席
Mai An Tiêm	梅安沾（人名）	thết	招待，款待
		viên	一员，一位
chăm chỉ	勤勉，专心	quan	官员
nghề	手艺	triều	朝廷
yêu mến	喜爱	vốn	原本
nhận làm	认做	ghen ghét	嫉恨
con nuôi	养子	tâu	上奏
bữa	一餐，一顿	đùng đùng nổi giận	大发雷霆

đày	流放	nhả	吐出
đảo hoang	荒岛	vườn	园子
cát	沙子	nghĩ thầm	暗想
bóng	影子	quả	瓜果
sợ hãi	害怕，恐惧	lành	好的
khóc nức nở	抽泣	ắt	肯定，必定
uốn	弯曲	đâm hoa kết quả	开花结果
cung	弓	vỏ	皮，壳
vót	削	bổ	破开
tên	箭	ruột	瓤
chim	鸟	cùi	内皮
dựng	建造	ngọt	甜
cỏ gianh	茅草	dưa	瓜
đóng	制造	hái	采摘
khung cửi	织机	khắc	刻
tước	劈开，剥落	sóng	波浪
cỏ cói	蒲草	đất liền	陆地，大陆
phơi	晾晒	nhặt	捡
dệt	织	của cải	财富，特产
may	缝制	cho phép	允许

注释

1. vậy để xem nó sống ra sao với hai bàn tay ấy：看他怎么靠那双手活着。
2. dưa đỏ：即 dưa hấu, 西瓜。

BÀI 35 QUẢ TIM CỦA KHỈ
猴子的心

Trên bờ biển xanh kia, có một hàng dừa sai trĩu quả. Cành lá rậm rạp, một nửa trùm lên mặt đất, nửa kia lòa xòa trên mặt biển. Một tàu lá dừa dài nhất vươn ra quệt xuống mặt nước. Hàng dừa cũng là nhà ở của một chú khỉ con.

Hàng ngày khỉ con vào rừng kiếm trái cây đem về. Ngồi đu đưa trên cành dừa, vừa ăn, khỉ con vừa lắng tai nghe tiếng sóng biển rì rào, những cành lá dừa lao xao trong gió. Khỉ con bổ những quả dừa tơ chứa đầy nước thơm mát ra uống. Cuộc sống thú vị biết bao! Nhưng rồi khỉ con thấy cũng buồn vì không có bạn.

Một ngày thu nắng ấm, khỉ con đang ăn chuối, bỗng nghe tiếng quẫy dưới nước. Chú nhìn xuống: một con vật to, da đen sì, mình dài thượt. Cái đuôi to tướng nhô lên cao khỏi mặt nước. Cái mồm há rộng trông như một cái càng cua khổng lồ. Một hàm răng thẳng nhọn hoắt như một lưỡi cưa sắc... Khỉ con nghĩ bụng: "Chà! Con gì thế nhỉ? Trông chẳng giống cá, chẳng giống cua." Nó bơi đến chỗ khỉ con ở, trườn lên một bãi cát nhỏ, nằm phơi mình dưới nắng. Nó nhìn khỉ con bằng cặp mắt ti hí với hai hàng nước mắt chảy dài, chảy dài. Khỉ con ngạc nhiên hỏi:

— Bạn là ai? Sao bạn lại khóc?

— Tôi là cá sấu.

— À! Thì ra bạn là cá sấu. Nhưng sao bạn lại khóc?

— Tôi buồn, buồn lắm bạn ạ!

— Vì sao bạn buồn?

— Tôi buồn vì chẳng có ai chơi với tôi cả.

Khỉ con vui vẻ nói:

— Ồ! Thế bạn đến đây chơi với tôi nhé!

Khỉ con và cá sấu nhận nhau là bạn. Hàng ngày, cá sấu bơi đến chỗ khỉ con. Khỉ con cho cá sấu ăn bao nhiêu là hoa quả. Cá sấu há miệng đớp ngay. Nó ăn rất ngon lành quên cả việc cám ơn bạn. Khỉ con ngồi vắt vẻo trên cây nói chuyện với cá sấu dưới nước.

Một hôm, cá sấu bảo khỉ con:

— Tôi muốn mời bạn về thăm nhà tôi.

— Cám ơn bạn đã mời tôi! Nhưng tôi không muốn đi, tôi sợ nước lạnh và không biết bơi.

— Ồ! Không, không! Bạn đừng sợ. Bạn cứ đi với tôi, tôi để bạn ngồi trên lưng rồi tôi sẽ đưa bạn về nhà.

Khỉ con liền víu một tàu lá dừa đu xuống, loáng một cái, khỉ con đã ngồi trên lưng cá sấu. Hai bạn bắt đầu ra đi. Đi được một lúc, cá sấu bảo khỉ con:

— Bây giờ phải nói với bạn điều này. Ông vua của chúng tôi ốm nặng. Thầy thuốc bảo phải ăn một quả tim khỉ mới khỏi bệnh. Tôi đưa bạn đến gặp vua chúng tôi, bạn phải cho chúng tôi quả tim của bạn đấy!

Khỉ con nghĩ thầm: "A! Thì ra cá sấu lừa mình. Còn mình thì lại tin những lời nói ngọt ngào của nó." Khỉ con nghĩ đến dòng nước mắt giả dối của cá sấu, rồi lại nghĩ đến quả tim của mình sắp mất. Mất tim sẽ chết, khỉ con lo sợ, muốn khóc to lên nhưng nó lại thôi. Nó nghĩ cách tự cứu mình. Nó bèn giả vờ đập vào lưng cá sấu kêu lên:

— Chán quá! Sao bạn không bảo tôi trước? Tôi có đeo quả tim trong mình đâu. Tôi để tim ở nhà, trong đám cành dừa rậm rạp ấy. Hãy đưa tôi trở lại, tôi sẽ lấy quả tim của tôi đưa cho ông vua của bạn.

Cá sấu tưởng thật, bơi trở về rất nhanh đến chỗ cây dừa khỉ con ở. Khỉ con đu vút lên cành cây cao nhất rồi quay xuống mắng cho cá sấu một trận:

— Này cá sấu ơi! Mày tưởng tao ngu ngốc à! Tao lại đưa tim cho lão vua độc ác kia ăn à! Cút đi, cút đi, không ai làm bạn với mày cả!

Nói rồi, khỉ con thông minh vứt bao nhiêu vỏ dừa xuống trúng đầu cá sấu. Cá sấu vội lặn xuống biển lủi mất.

生 词

hàng	行，排	vươn	伸展
dừa	椰树	con	小的
sai	多果	trái	果实
trĩu	沉甸甸	đu đưa	摇荡
rậm rạp	繁茂，茂密	lắng tai	倾听，注意听
lòa xòa	披散	rì rào	（拟声词）哗哗
tàu	一片（叶子）	lao xao	哗啦哗啦

tơ	嫩，幼小	cứ	尽管
chứa	蓄存	ngồi vắt vẻo	大模大样坐着
buồn	愁闷	víu	揪住，抓住
quẫy	摆动，翻腾	để	让
con vật	动物	lừa	欺骗
đen sì	乌黑	đu	荡
mình	身体	lo sợ	惧怕
dài thượt	长长的	thì ra	原来是
to tướng	巨大	tự cứu	自救
nhô	向上伸	ngọt ngào	甜蜜
mồm	嘴	giả vờ	假装
há	张开	chán	厌烦，差劲
càng cua	蟹螯	đeo	佩带
nhọn hoắt	极尖	trở lại	返回
hàm răng	牙床，一排牙齿	lão	老头儿
lưỡi cưa	锯条	đồ	家伙
cưa	锯	giả dối	虚假，虚伪
sắc	锋利	cút	滚开
giống	像	thôi	作罢
trườn	爬上	ngu ngốc	傻呆
cặp	一双，一对	vứt	扔，掷
ti hí	细小，眯缝眼	lặn	潜水
nước mắt	眼泪	biến	消失，不见
cá sấu	鳄鱼	lủi	逃窜

BÀI 36   CÂU CHUYỆN DẦU MỎ
石油的故事

KHÔNG PHẢI CHỈ DÙNG ĐỂ THẮP

Ngày xưa, khi chưa tìm ra dầu mỏ và chưa biết tinh luyện nó, người dùng mỡ động vật, dầu lạc, dầu vừng, dầu trẩu để thắp đèn.

Từ khi cây đèn dầu hỏa ra đời, tất cả các loại đèn dầu mỡ trên đây đều mau chóng rút lui, nhường chỗ cho nó. Bởi đèn dầu hỏa vừa sáng, vừa tiện lợi và rẻ tiền.

Hiện nay, ánh sáng điện đã làm cho mọi thứ đèn, kể cả đèn dầu hỏa trở nên lu mờ. Tuy nhiên, vai trò lịch sử của cây đèn dầu hỏa chưa chấm dứt ở đây. Cây đèn dầu hỏa nhỏ bé giờ đây vẫn còn là người bạn thân thiết, nguồn ánh sáng ấm áp trong đêm của quá nửa dân số trên trái đất. Song, cũng phải thấy rằng ở nhiều nước, sau khi đã điện khí hóa toàn quốc xong, những cây đèn dầu hỏa đã được đưa vào viện bảo tàng như một vật của thời đã qua. Dù sao đi nữa, cây đèn dầu hỏa cũng đã mất đi những ngày cực thịnh của nó và đang sắp hoàn thành sứ mệnh của mình.

Thôi, thế là số phận của dầu mỏ cũng sắp kết thúc! Ấy, chớ kết luận "bi thảm" và vội vã như vậy! Thực ra dùng để thắp sáng chỉ là một công dụng rất thứ yếu của dầu mỏ. Dầu mỏ quý lắm chứ, chẳng thế mà nó được gọi là một thứ "vàng đen". Số phận của nó chưa hết, mà thực ra mới chỉ bắt đầu, càng ngày người ta càng dùng nó trong những lĩnh vực bất ngờ nhất.

Công dụng đầu tiên và cũng là công dụng rất quan trọng của dầu mỏ là để làm chất đốt trong công nghiệp. Có chất đốt thì máy mới chạy, ô tô mới bon bon trên đường, máy bay mới bay lượn trên bầu trời.

Nhưng không phải chỉ có thế, từ trong dầu mỏ ta còn lấy được hàng nghìn mặt hàng khác nhau: tấm vải ni-lông thướt tha, chiếc bánh xe ô tô, thuốc nhuộm, thuốc chữa bệnh, thậm chí cả ... thịt thà, thức ăn nữa.

Chính vì vậy mà hiện nay tốc độ khai thác dầu mỏ đã vượt xa than rất nhiều.

HÃY CÙNG NHAU ĐI TÌM NGUỒN GỐC CỦA DẦU MỎ

Trong lòng trái đất ở nhiều nơi có nhiều dầu mỏ: Nga, Ru-ma-ni, Ba Lan, Trung Quốc, I-rắc, A-rập, Mỹ…Gần đây mới tìm thấy ở miền Nam nước ta có một trung tâm dầu mỏ thuộc vào cỡ lớn.

Vậy cái gì đã sinh ra dầu mỏ? Câu hỏi đó từ lâu đã được nhiều nhà khoa học tìm cách giải đáp và cũng đã gây ra nhiều cuộc tranh luận khá sôi nổi.

Có một số người cho rằng dầu mỏ sinh ra do tác dụng trực tiếp của các-bon và hi-đrô từ thời kỳ mới hình thành trái đất. Hoặc có người cho là dầu mỏ sinh ra do tác dụng của nước với các-bua kim loại. Những giả thuyết này không phù hợp với thực tế là trong vỏ trái đất không thấy có các-bua kim loại tồn tại.

Một số người khác cho rằng dầu mỏ là do xác của động vật, thực vật bị thối rữa, tích tụ trong các tầng đất sâu từ thuở xưa, mà sinh ra. Nhiều nhà khoa học đã làm những thí nghiệm để chứng minh điều này. Ngoài ra, nghiên cứu thành phần của dầu mỏ, người ta thấy có một số chất có trong thực vật và động vật. Chính do giả thuyết này phù hợp với thực tế nên được nhiều người tán thành. Và như vậy nguồn gốc sinh ra dầu mỏ là do xác của động vật và thực vật lâu ngày bị thối rữa.

GIẾNG DẦU

Dầu mỏ không nằm trong đá hoa cương hay trong các đá núi lửa, mà thường nằm trong các loại đá như cát kết, đá vôi. Các loại đá này thường xếp thành từng lớp. Như ta thường thấy lộ ra ở sườn núi, các lớp đá thường ít nằm song song mà bị uốn thành từng nếp. Khi tìm kiếm dầu mỏ, các nhà địa chất rất quan tâm đến các nếp uốn. Theo kinh nghiệm đã được đúc kết, họ biết rằng ở các nếp lõm thường chỉ chứa nước, còn dầu thì hay nằm ở đỉnh các nếp lồi. Sở dĩ như vậy vì dầu luôn luôn nhẹ hơn nước.

Người ta vốn quen gọi chỗ tập trung dầu là một "túi dầu", nhưng thực ra ở đấy không phải là một lỗ hổng lớn trong có chứa khí đốt, dầu mỏ và nước. "Túi dầu" thường phức tạp hơn nhiều. Thường thường ở dưới và trên các tầng chứa dầu là các đá không thấm nước. Còn các tầng chứa dầu thì thường là loại đá xốp, dầu nằm xen kẽ trong khoảng trống giữa các hạt đá rời nhau. Ở một "túi dầu" có thể có nhiều tầng chứa dầu.

Do nặng nhẹ khác nhau, thông thường ở bên dưới lớp dầu là nước, dầu nằm ở giữa và trên cùng là khí đốt.

Ít khi dầu tự chảy ra bên ngoài, mà thường nằm sâu trong lòng đất, có khi nằm ở dưới đáy biển hàng mấy ki-lô-mét. Vì vậy, muốn khai thác dầu người ta phải khoan những giếng khoan rất sâu.

Nếu lỗ khoan "may mắn" thọc đúng lớp chứa dầu thì do sức ép của nước và khí, dầu có thể tự phụt lên rất mạnh. Cũng có khi ta phải dùng máy bơm mới hút được hết dầu.

Ngoài những nơi dầu mỏ tập trung như thế, còn có trường hợp dầu thấm trong các khe nứt, trong các đá dầu. Muốn khai thác các mỏ này, người ta phải lấy đá dầu về nấu, tách dầu ra khỏi đá.

TRONG DẦU MỎ CÓ GÌ?

Không phải gần đây con người mới phát hiện ra dầu mỏ, nhưng chỉ vài thế kỷ gần đây dầu mỏ mới được sử dụng rộng rãi trong đời sống và trong công nghiệp. Trước đây người ta thấy dầu hỏa dễ cháy nên đem làm chất đốt, chứ hoàn toàn không biết trong dầu mỏ có những chất gì, thậm chí còn không sao giải đáp được một điều là tại sao dầu mỏ là chất lỏng mà cháy được.

Mỗi một chất đều do những nguyên tố hóa học tạo thành.

Thành phần chủ yếu của dầu mỏ là do các nguyên tố các-bon và hi-đrô tạo thành, cho nên người ta gọi là những hợp chất hi-đrô các-bon. Đây là một chất hữu cơ. Các nguyên tố hi-đrô và các-bon này dắt díu nhau thành từng chuỗi từng chuỗi, các nhà hóa học gọi là mạch. Mỗi

BÀI 36   CÂU CHUYỆN DẦU MỎ

mạch có thể gồm một vài nguyên tử, có khi lên đến hàng trăm hàng nghìn nguyên tử. Khi số nguyên tử các-bon trong mỗi mạch không nhiều thì nó nhẹ và ở thể khí, thí dụ như khí đất đèn, khí thiên nhiên trong mỏ dầu. Khi mỗi mạch gồm nhiều các-bon thì nó nặng hơn lên và ở thể lỏng như dầu mỏ chẳng hạn. Cuối cùng, khi số nguyên tử các-bon nhiều lên, các chất hi-đrô các-bon có thể ở thể rắn như nhựa rải đường.

Vì có chứa hợp chất hi-đrô các-bon nên dầu mỏ là một loại nguyên liệu hóa học rất quan trọng. Từ đó người ta chế được không biết bao nhiêu là chất hóa học tổng hợp.

生 词

dầu mỏ	石油	lu mờ	昏暗
thắp	点灯	vai trò	角色，作用
tinh luyện	精炼	chấm dứt	结束
dầu	油	thân thiết	亲密，亲切
lạc	花生	song	然而
vừng	籽麻	điện khí hóa	电气化
trẩu	油桐	dù sao đi nữa	不管怎样
dầu hỏa	煤油	cực thịnh	极盛
trên đây	以上	sứ mệnh	使命
mau chóng	迅速	ấy	（叹词，表劝阻）
rút lui	退出	chớ	别
tiện lợi	方便	bi thảm	悲惨

vội vã	匆忙	tác dụng	作用
thực ra	实际上	kim loại	金属
công dụng	功能，功用	các-bua	碳化物
thứ yếu	次要	hi-đrô	氢
chẳng thế	不如此	phù hợp	符合
bất ngờ	意料之外	hình thành	形成
chất đốt	燃料	xác	尸体，尸骸
công nghiệp	工业	thối rữa	腐烂
chạy	开动，转动	tích tụ	积聚
bon bon	飞驰	thuở xưa	古时
tấm	匹（布）	thực tế	实际
ni-lông	尼龙	tầng đất	地层
thướt tha	轻柔	thực vật	植物
thuốc nhuộm	染料	chứng minh	证明
chữa	诊治	thành phần	成分
thậm chí	甚至	giả thuyết	假说
thịt thà	肉类	thu	提取，吸收
khai thác	开采	tương tự	相似
Ru-ma-ni	罗马尼亚	tán thành	赞成
Ba lan	波兰	đá hoa cương	花岗岩
I-rắc	伊拉克	đá núi lửa	岩浆岩
Mỹ	美国	cát kết	砂岩
giải đáp	解答	đá vôi	石灰岩
tranh luận	争论	lộ ra	露出
các-bon	炭，碳	song song	并排

BÀI 36 CÂU CHUYỆN DẦU MỎ

nếp	层	khe nứt	裂缝
địa chất	地质	nguyên tố	元素
đúc kết	总结	chất lỏng	液体
lõm	凹	hợp chất	化合物
lồi	凸起	hóa học	化学
lỗ hổng	空洞	chuỗi	链形，串
khí đốt	燃气	dắt díu	连接
thấm	渗透	nguyên tử	原子
xốp	疏松	mạch	链
xen kẽ	交错，穿插	khí đất đèn	乙炔
khoảng trống	空间	thể khí	气态
khoan	钻探	thể lỏng	液态
trên cùng	最上面	khí thiên nhiên	天然气
phụt	喷出	thể rắn	固态
sức ép	压力	chẳng hạn	例如
hút	抽出，吸出	nguyên liệu	原料
máy bơm	油泵	nhựa rải đường	柏油
tách	分离	chế	制造

BÀI 37   ĐỜI NGƯỜI LÀ VẬY ĐÓ
人生就是这样

Nghe nói ngày xưa, có một con nhân sư (tức là một con sư tử đầu người) vẫn quen thói đứng rình mồi trên một mỏm núi cao để chặn khách đi đường qua lại. Gặp ai nó cũng đặt một câu hỏi, đại loại:

Con gì tám cẳng hai càng,
Không đi mà lại bò ngang suốt ngày?

Em có đoán được không? Con cua ấy mà!

Thế nhưng, những câu đố của con nhân sư thường rất chi là khó. Ai trả lời không đúng, nó liền xô ngay xuống vực sâu, cho chết tan xác rồi ăn thịt. Một hôm, nó chặn đường một tráng sĩ dũng cảm tuyệt vời, lại thông minh tột bực, tên là Ơ-đíp. Con nhân sư độc ác nhăn nhở hỏi: "Tên khốn kiếp[1] kia, hãy nói cho ta biết: trên trái đất này, con vật gì, sáng đi bốn chân, trưa đi hai chân và chiều lại đi ba chân? Hãy vắt óc ra mà suy nghĩ, không thì toi mạng đấy!"

"Nào, con gì? Con gì nào?"

Ơ-đíp quắc mắt nhìn con nhân sư. Anh đâu có sợ nó. Anh đã định bụng sẽ chiến đấu và giết con vật ghê tởm kia, để trừ hại cho dân. Nhưng nó đã huênh hoang thách đố trí tuệ con người thì trước hết, anh

BÀI 37 ĐỜI NGƯỜI LÀ VẬY ĐÓ

phải dạy cho nó một bài học… Con gì nhỉ? Sáng đi bốn chân, trưa đi hai chân… Vậy là thoạt đầu thì bò, sau mới đứng lên để đi.

Một tia sáng lóe lên trong đầu Ơ-đíp. Phải rồi! Nhân dân ta có câu:

Ba tháng biết lẫy,

Bảy tháng biết bò,

Chín tháng lò dò biết đi.

Đúng là con người rồi! Nhưng sao lại "chiều đi ba chân"? Chiều? À đây là nói lúc "xế chiều xiêu bóng"[2], lúc về già đây mà. Về già thì đi… phải chống gậy. Vậy là xem như ba chân chứ gì[3]!

"…Này, con quái vật ngu xuẩn kia. Đó là một con người!"

Con nhân sư choáng váng, há hốc mồm nhìn Ơ-đíp. Rồi nó bỗng nhe nanh, hộc lên một tiếng, xông vào định vồ lấy chàng tráng sĩ. Ơ-đíp quay ngoắt mình lại để né tránh, rồi quật cho nó một đòn trừng phạt trời giáng, xong đạp nó xuống vực sâu…

Còn các em, hãy ngẫm nghĩ một chút về câu trả lời của Ơ-đíp. Cuộc đời một con người là như thế đấy. Sau khi lọt lòng mẹ, oe oe tiếng khóc chào đời, ta còn trẻ dại và yếu ớt. Khi đã dần dần khôn lớn nên người, ta bắt đầu đi trên đôi chân vững chắc và dẻo dai, khắp mọi nẻo đường đất nước, xuyên suốt cuộc đời. Và lúc bóng hoàng hôn nghiệt ngã trùm lên cuộc sống, người già vẫn dũng cảm, kiên trì dùng gậy tiếp sức cho mình, để tiếp tục đi nốt chặng đường gian khổ còn lại. Vậy thì em phải gắng sống sao cho ra "người" và đừng quên câu nói tình nghĩa: "Trẻ cậy cha, già cậy con", em nhé!

生 词

nhân sư	人狮（狮身人面）	quắc mắt	瞪眼
tức là	即是	định bụng	打定主意
thói	习惯	ghê tởm	令人厌恶的
rình	守候，伺机	trừ hại	除害
mồi	吃食，饵	huênh hoang	狂妄自大
mỏm núi	山头	thách đố	挑战，打赌
chặn	阻拦	tia sáng	智慧的光芒，光线
qua lại	来往		
đại loại	大体上	lóe	闪亮
cẳng	脚，小腿	lẫy	翻身（指婴儿）
bò	爬	lò dò	探着步子走
câu đố	谜语	xế chiều xiêu	
rất chi là	极为	bóng	夕阳西下
xô	推	về già	暮年，老年
vực	渊	quái vật	怪物
tan xác	粉身碎骨	ngu xuẩn	愚蠢
tráng sĩ	壮士	há hốc mồm	张着大嘴
tột bực	极度	nhe	龇牙
nhăn nhở	嬉皮笑脸	nanh	獠牙
tên khốn kiếp	可恶的家伙	hộc	嚎叫
vắt óc	绞尽脑汁	vồ lấy	扑住
toi mạng	白白送命	ngoắt	猛拐

BÀI 37　ĐỜI NGƯỜI LÀ VẬY ĐÓ

né tránh	躲闪		nẻo	路径
quật	抽打		xuyên suốt	贯穿
đòn	一顿打		hoàng hôn	黄昏
trừng phạt	惩罚		nghiệt ngã	苛刻，严酷
trời giáng	猛击		kiên trì	坚持
ngẫm nghĩ	思考，思量		sức	力量
oe oe	哇哇（婴儿哭声）		nốt	继续完成
dại	傻		gian khổ	艰苦
khôn lớn	长大		gắng	努力
vững chắc	稳当，坚固		tình nghĩa	有情有义
dẻo dai	柔韧，坚韧			

注释

1. tên khốn kiếp：口头咒骂语，也可以说 đồ khốn kiếp。

2. xế chiều xiêu bóng：xế chiều 是傍晚，引申指晚年；xiêu bóng 是影斜，常说 xế bóng，指斜阳。

3. chứ gì：语气词，用反问表示肯定。例如：

—Cậu biết bơi chứ gì! 你不是会游泳嘛！

BÀI 38   MÓN QUÀ QUÝ NHẤT
最珍贵的礼物

Ngày xưa, ở một gia đình kia có ba anh em trai. Một hôm, người cha gọi đàn con lại bảo:

—Các con, cha mẹ tuy chưa già nhưng cũng không thể sống mãi mà nuôi các con. Vậy, kể từ ngày mai, cha muốn các con hãy tự mình lo liệu lấy[1]. Cũng ngày này sang năm, mỗi con sẽ mang đến cho cha một món quà mà mình cho là quý nhất.

Ba anh em vâng lời và hăng hái ra đi.

Một năm sau, họ trở về.

Người em út dâng cha mẹ một cái hộp bằng vàng trong đựng rất nhiều ngọc ngà, châu báu.

Người em thứ hai chở hẳn về một xe toàn những thức ăn quý, nào chim rừng, cá biển, bánh trái thơm ngon, xưa nay không mấy ai có.

Còn người anh cả khoác về một tai nải nặng không ai biết ở trong có những thứ gì.

Cái hộp vàng của người em út được mở ra cho mọi người xem, ai nấy đều trầm trồ khen đẹp. Được một lúc, người em đành phải cất chiếc hộp đi, vì ai cũng đói bụng, chả nhẽ cứ ngồi ngắm cái hộp mãi.

Người em thứ hai mang quà bánh, thức ngon vật lạ ra mời cha mẹ và mọi người cùng ăn. Ai cũng khen ngon. Ăn xong, mọi người đoán chỉ độ mười hôm, số thức ăn này rồi sẽ hết.

Sau bữa cơm, ai cũng muốn xem món quà của người anh cả. Nhưng anh không vội mở cái tay nải đã cũ và bạc màu vì sương gió. Anh ngồi kể chuyện cho mọi người nghe. Anh nói những điều xưa nay chưa mấy ai biết. Nào tại sao trời lại mưa, tại sao lúa trồng một gốc có thể cho tới hàng mấy trăm hạt thóc. Anh còn nói là đã học được cách gieo trồng, chăm bón giống lúa đó.

Chuyện anh kể hay quá, thú vị quá, khiến người nọ truyền người kia, cả xóm cùng đến nghe. Cuối cùng, người cha hỏi:

— Thế, lâu nay con đi đâu, làm gì?

Người con cả ngoan ngoãn trả lời:

— Thưa cha, con đi tìm thầy để học những điều hay lẽ phải và đem áp dụng vào công việc làm ăn hàng ngày.

Nói rồi, anh xin phép mở tay nải. Mọi người sửng sốt và ngơ ngác nhìn. Sách, toàn sách là sách!²

Người cha sung sướng khen:

— Con đã làm đúng. Người ta ai cũng cần phải học. Đừng vội lo tới chuyện ăn chơi. Quà con mang về đúng là món quà quý nhất.

生 词

lo liệu	筹划，想办法	món	种
ngày này sang năm	明年的今天	vâng lời	答应，听从
		hăng hái	积极

em út	小弟弟	chả nhẽ	难道
hộp	盒子	đoán	猜
đựng	装，盛	độ	约
ngọc	玉	bạc màu	掉色，退色
ngà	象牙	sương gió	风霜
châu báu	珠宝	gốc	株
bánh trái	糕点	thóc	稻谷
xưa nay	古往今来	chăm bón	培植，培育
khoác	挎	ngoan ngoãn	乖乖的
tai nải	布袋	điều hay lẽ phải	有益的道理
trầm trồ	啧啧称赞	ngơ ngác	愕然
đành phải	只好，只得	ăn chơi	吃喝玩乐

注释

1. lấy：放在动词后，表示"自己做某事"，前面常常有 tự 搭配使用。

2. toàn sách là sách：全都是书。越南语中用"toàn+名词+là+名词"结构表示强调多数。

BÀI 39 AI QUAN TRỌNG NHẤT
谁最重要

  Một hôm, tai, mắt, mũi, lưỡi, cãi nhau om sòm để xem trong cơ thể, ai là người quan trọng nhất? Chúng vặn vẹo nhau ầm ĩ, ai cũng cho mình là nhân vật số một! Cuối cùng phải nhờ đến anh não phân xử. Anh não suy nghĩ một lát rồi nói: "Người quan trọng nhất là người mà nếu thiếu vắng, cơ thể sẽ không sống được." Thế là các cơ quan đang tranh giành chỗ đứng cao nhất lần lượt ra đi.

  Đầu tiên là người lưỡi, doạ sẽ đi xa một năm. Sau một năm, lưỡi trở về và hỏi: "Có phải là các bạn đã không thể sống không có tôi không?" Cả đám đông trả lời: "Ồ, đâu phải. Chúng tôi vẫn sống như mọi người câm, không nói bằng lưỡi, nhưng thở bằng mũi, nhìn bằng mắt, nghe bằng tai..." Nghe xong, anh lưỡi tiu nghỉu quay về chỗ cũ.

  Đến lượt anh mắt ra đi và cũng vắng mặt một năm. Lúc trở về, mắt hỏi: "Không có tôi, các bạn đã sống thật là điêu đứng, phải không?" Các người còn ở lại trả lời: "Ồ, không, anh mắt ạ. Chúng tôi vẫn sống như những người mù khác, không nhìn bằng mắt, nhưng thở bằng mũi, nói bằng lưỡi, nghe bằng tai..." Anh mắt thất vọng, hậm hực quay về chỗ cũ.

  Anh tai ra đi, lúc trở về, tai hỏi: "Thiếu tôi, các bạn sống lao đao chứ?" Nhưng đám đông lại trả lời: "Đâu có, anh tai! Chúng tôi vẫn sống như mọi người điếc, không nghe bằng tai nhưng thở bằng mũi, nói bằng lưỡi, nhìn bằng mắt." Anh tai bẽ mặt lùi lũi quay về chỗ cũ.

    Cuối cùng đến lượt anh mũi ra đi. Anh vốn hiền lành, không thích chen người này, huých người kia để ngoi lên cao, nên cũng chẳng thích đi lắm. Chẳng qua người khác đã đi thì anh cũng đành phải đi vậy. Nào ngờ anh vừa dời chỗ để chuẩn bị khăn gói lên đường, mọi người bỗng đã xôn xao cả lên, hốt hoảng như đàn ong vỡ tổ. Tai, mắt, lưỡi đều hớt hơ hớt hải gọi giật anh mũi lại, cuống quýt đến ríu cả lưỡi, hoa cả mắt, ù cả tai. "Chao ôi, anh mũi, đừng bỏ chúng tôi mà đi. Vắng anh, lấy ai mà thở? Đến chết mất mạng cả nút[1] thôi! Còn ai sống nổi nếu không có anh?"

    Bây giờ thì các em đều biết ai là người quan trọng nhất rồi, phải không? Đúng, mũi là nhân vật số một. Nếu thật công bằng thì lưỡi cũng quan trọng chẳng kém. Đừng có hồ đồ, chê bừa chê bãi[2] là "lưỡi không xương, nhiều đường lắt léo"[3]. Thử hỏi, không có lưỡi thì lấy gì mà ăn, lấy gì mà nói? Biết vậy nhưng đúng là thở còn quan trọng hơn cả ăn. Người ta có thể nhịn ăn vài ngày vẫn chưa chết, còn nhịn thở dù chỉ vài phút cũng cứ là... đi chầu ông bà, ông vải[4] sớm! Thế mới biết, cái trò cãi vã[5] nhau, đã chắc ai chịu ai? Thước đo giá trị con người là ở việc làm, ở kết quả công tác, ở những đóng góp cụ thể. Cứ gắng làm việc tử tế. Tranh công bằng... mồm, phỏng ích gì, phải không các em?

生 词

cãi	争吵	khăn gói	行装
om sòm	闹哄哄	lên đường	上路
vặn vẹo	反诘	xôn xao	喧哗
số một	头号	hốt hoảng	惊慌
phân xử	处断，处理	hớt hơ hớt hải	慌里慌张
thiếu vắng	不在	gọi giật	叫住
tranh gành	争夺	cuống quýt	慌张
lần lượt	依次，陆续	ríu lưỡi	结舌
đâu phải	哪会这样	ù tai	耳鸣
câm	哑巴	chao ôi	（叹词，表可惜）
tiu nghỉu	沮丧	chết mất mạng	丧命
điêu đứng	凄惨	cả nút	全体
mù	盲，瞎	công bằng	公平
thất vọng	失望	chẳng kém	不相上下，不差
hậm hực	忿忿	hồ đồ	糊涂
lao đao	艰难	chê bừa chê	
điếc	聋	bãi	乱埋怨
bẽ mặt	羞愧	xương	骨头
lùi lũi	不声不响	lắt léo	弯弯曲曲
huých	（以肘）撞	đi chầu ông	
ngoi	向上移	bà, ông vải	见阎王爷
chẳng qua	不过是	cãi vã	争吵
dời	转移	thước	尺子

đo	衡量	tranh công	争功
tử tế	认真	phỏng	试问
đóng góp	贡献	ích gì	有何益

注释

1. cả nút：口语用词，含贬义。nút 义为"群体"。
2. chê bừa chê bãi：即 chê bừa bãi，肆意耻笑。
3. lưỡi không xương, nhiều đường lắt léo：越南谚语，直译是"舌头没长骨头，随意伸缩弯曲"，意思是说话反复无常。
4. đi chầu ông bà, ông vải：chầu 义为"朝拜"，ông bà 和 ông vải 义为"祖先"，整句话可译成"见阎王爷"。
5. cái trò cãi vã：trò 是"游戏"，在此处意思为"手段，把戏"，含贬义。

BÀI 40   SỐNG DAI NHƯ CỎ CÚ
顽强生存的小草

Với đôi bàn tay khéo léo, khối óc tuyệt vời của mình, con người đã vượt qua muôn trùng sóng dữ, đi khắp năm châu, bốn biển. Con người còn có thể chinh phục cả vũ trụ bao la, bay tới các vì sao xa vời, lặn xuống đáy biển sâu. Nhưng chỉ một cơn gió bão, một trận mưa lũ, một tai nạn nào đó cũng có thể hủy diệt họ. Khi bị mất một phần thân thể, con người đành chịu tật nguyền suốt đời... Mạnh như hùm, như beo, to khỏe như voi, vẫn chết trong lửa đỏ, trong bão táp, mưa sa trong khí hậu khắc nghiệt... Thế mà những cây cỏ yếu đuối lại có một sức sống bền bỉ, dám thách thức với mọi sức mạnh muốn hủy diệt chúng. Chả thế mà ông Nguyễn Trung Trực[1] đã nói một câu nói nổi tiếng: "Bao giờ nước Nam hết cỏ, thì mới hết người Nam đánh Tây", vì ông biết chắc không bao giờ hết cỏ trên thế gian này!

Thật là kì diệu, trên nương rẫy người ta đã đốt sạch cây cỏ; chỉ còn lại toàn một màu đen xám của tro tàn. Thế mà chỉ sau một trận mưa, cỏ cây[2] lại thi nhau mọc chẳng mấy chốc đã lại xanh um. Những cây cam, chanh, táo, ổi... bị hết cành lá chỉ còn lại gốc[3] cây trơ trụi. Đến mùa xuân, ở những gốc cây lại mọc ra những mầm cây mới, và lại xum xuê như cũ. Chắc các em đã biết chất độc màu da cam mà đế quốc Mỹ đã thả xuống những cánh rừng của ta, hòng hủy diệt màu xanh của cây lá? Nhưng chúng đã thất bại. Cây mẹ chết đi lại có cây con mọc lên thay thế. Và ngày nay, biết bao chất diệt cỏ do con người điều chế cũng đành bất lực trước sức sống mãnh liệt của cây cỏ. Làm sao cây cỏ có một khả năng sinh tồn kì diệu như vậy?

Các em hãy chú ý quan sát nhé! Một mầm non của cây trông thật nhỏ bé, mong manh, đường kính chỉ vài milimét. Chỉ cần ta bóp nhẹ tay là nó có thể nát. Thế mà nó có thể phá vỡ hay xuyên thủng nền đất cứng để chui lên rồi phát triển thành những cây lớn.

Còn rễ của nó đâm sâu vào lòng đất, len lách, lục lọi, tìm tòi... chia nhau đi khắp nơi, tìm đồ ăn thức uống. Đầu rễ mong manh, mềm mại nhưng lại hoạt động như một chiếc máy khoan hiện đại, có "đầu óc tinh khôn" và "khoa học" như con người. Khi rễ gặp một chướng ngại vật như hòn đá chẳng hạn, nó biết đi vòng hoặc đi lui, thậm chí phá vỡ đá, bằng cách tiết a-xít phá hủy đá vôi, làm hỏng đá hoa, làm nứt cả đá hoa cương! Chả thế mà từ đồng bằng tới những nơi non hiểm trở và trên những sa mạc nóng bỏng, đâu đâu cũng không vắng hẳn bóng cây. Sự tàn phá của con người, của các chất độc hóa học không làm cho chúng chết hẳn. Nhân dân ta có câu: "Sống dai như đỉa" và "Sống dai như cỏ cú" là vì vậy.

Đúng là những sức sống diệu kỳ, hiếm có sinh vật nào bì được!

BÀI 40　SỐNG DAI NHƯ CỎ CÚ

生　词

dai	韧	thế gian	人世间
cỏ cú	草	nương rẫy	山地
khối óc	头脑	sạch	精光
muôn trùng	万重	toàn	全
bao la	广阔	đen xám	黑灰色
xa vời	遥远	tro tàn	灰烬
lũ	洪水	chanh	柠檬
tai nạn	灾难	xanh um	葱绿
nào đó	某种	chặt	砍
hủy diệt	毁灭	ổi	石榴
tật nguyền	残疾	mầm	芽
suốt đời	一生	trơ trụi	光秃秃
hùm	老虎	chất độc màu da cam	橙剂（一种落叶剂）
beo	豹		
sa	下落	xum xuê	葱郁，茂盛
yếu đuối	软弱	hòng	企图
bền bỉ	坚韧	cánh rừng	一片森林
thách thức	挑战	thay thế	代替
Nguyễn Trung Trực	阮忠直（人名）	thất bại	失败
		bất lực	不得力，无能
Tây	西洋，西方（文中指法国）	điều chế	调制
		sinh tồn	生存
chắc	确定，肯定	mãnh liệt	强大，猛烈

mong manh	单薄	tinh khôn	机灵
quan sát	观察	vòng	绕圈
bóp	按，捏	hòn	块
milimét	毫米	phá hủy	毁坏，摧毁
xuyên	穿透	lui	后退
nát	碎，烂	đá hoa	云石，大理石
nền đất	地基，地层		
thủng	洞穿	tiết	分泌
chui	钻	a-xít	酸
cứng	硬	hiểm trở	险阻
lòng đất	地心	hỏng	坏
rễ	根	đâu đâu	处处
lục lọi	搜寻	nứt	裂开
len lách	挤出	nóng bỏng	灼热
đồ ăn thức uống	饮食	đỉa	蚂蟥
tìm tòi	寻找	tàn phá	破坏
máy khoan	钻探机	hiếm có	罕见，少有
mềm mại	柔软	bì	比得过
chướng ngại vật	障碍物		

注释

1. Nguyễn Trung Trực（1837—1868）：越南阮朝抗法义军领导人之一。1868 年被法军杀害。
2. cỏ cây 和 cây cỏ 相同，义为"草木"。
3. gốc：在本课中义为"根"。

BÀI 41 MỘT VIỆN HÀN LÂM KHÁC THƯỜNG
不同寻常的科学院

Khác thường vì cái tên của nó: "Viện hàn lâm im lặng." Và điều kiện tiếp nhận thành viên mới cũng kỳ quặc. Người được nhập Viện phải: 1. Có công trình khoa học hữu ích cho xã hội. 2. Trình bày ý tưởng của mình kiệm lời nhất.

Điều kiện thứ nhất đã khó. Điều kiện thứ hai khó hơn. Nhiều nhà bác học đã được xã hội công nhận, nhưng chưa được là thành viên của Viện vì không đáp ứng yêu cầu thứ hai này.

Năm đó có một nhà bác học trẻ tuổi đã qua được thử thách thứ nhất, đến cuộc thử thách thứ hai...

Nhà bác học được mời đến trụ sở của Viện. Đến nơi, anh thấy cửa trong cửa ngoài đều mở rộng. Anh hiểu đây là bày tỏ sự hoan nghênh với tấm lòng rộng mở. Anh vừa bước chân vào gian phòng lớn, thì tất cả các đèn bật sáng. Ngước mắt nhìn lên đài chủ tịch, anh thấy có 12 vị (anh biết đó là các vị trong Hội đồng quản trị Viện), quần áo chỉnh tề đang ngồi, thấy anh vào đều đứng lên chào. Anh lại thấy ở giữa phòng có một cái bàn và một cái ghế. Anh hiểu đó là chỗ của mình. Khi anh vừa ngồi xuống có người bưng ra một bát gì đó[1] đặt trước mặt anh. Anh nhìn kỹ thì đó là một bát đựng đầy nước. Đến mức chỉ cần thêm một giọt là nước trong bát tràn ra ngoài.

Anh hiểu ý các vị muốn nói "anh xem đấy, bát nước đầy rồi, thêm nữa được không?"

Anh nhìn quanh, thấy có một bình hoa hồng để ở góc phòng. Anh tiến đến ngắt một cánh hoa, rồi trở lại, đặt cánh hoa lên bát nước. Mặt nước khẽ lay động. Cánh hoa nhè nhẹ đung đưa. Cảnh sắc tươi hẳn lên.

Với cử chỉ này, chắc các bạn đọc hiểu ý anh ta muốn nói: "Vâng, thưa các ngài, tôi biết sự có mặt của tôi là thừa. Nhưng các ngài xem đấy! Thêm một cánh hoa cũng không sao. Nó chỉ thêm vẻ đẹp cho bát nước, một bát nước vốn lạnh lùng tẻ nhạt."

Kết quả thế nào, các bạn có đoán được không?

Trước cử chỉ ấy của nhà bác học trẻ tuổi, cả 12 vị đều đứng dậy. Một vị đi vào phòng trong bưng ra một cái ghế, đặt chính giữa và giơ cả hai tay mời nhà bác học trẻ lên ngồi.

Chắc các bạn đọc cũng hiểu rằng, cử chỉ đó là tỏ sự nhiệt liệt hoan nghênh việc gia nhập Viện của nhà bác học trẻ. Và vị trí chiếc ghế mới đặt là có ý bầu luôn anh là chủ tịch Hội đồng quản trị Viện, tức là chủ tịch cái Viện hàn lâm có tên khác thường ấy.

Mọi sự diễn ra với ý tứ thâm thúy, cao siêu như vậy mà không cần nói với nhau một lời!

Lời bàn: Câu chuyện trên cho ta một bài học: Ngôn ngữ của thông tin (nói và viết) là sự việc. Để sự việc tự nói lên ý nghĩa. Tránh nghị luận suông, tán rỗng.

BÀI 41   MỘT VIỆN HÀN LÂM KHÁC THƯỜNG

生词

viện hàn lâm	科学院	quản trị	管理
khác thường	不寻常，异常	chỉnh tề	整齐
im lặng	安静	mức	程度，水平
tiếp nhận	接纳	bát	碗
thành viên	成员	bình	花瓶
kỳ quặc	奇特	tràn ra	溢出
nhập	加入	ngắt	掐
công trình	项目	hoa hồng	玫瑰花
hữu ích	有益	nhè nhẹ	轻轻地
xã hội	社会	lay động	摇动，摆动
trình bày	陈述	cảnh sắc	景色
ý tưởng	思想，想法	bạn đọc	读者
kiệm	节省，节俭	ngài	阁下
trụ sở	机关，办公地点	có mặt	在场
bày tỏ	表示	lạnh lùng	冰冷
hoan nghênh	欢迎	tẻ nhạt	淡而无味
tấm lòng	心胸，心意	nhiệt liệt	热烈
bật đèn	开灯	gia nhập	加入
ngước mắt	抬眼，举目	bầu	选举
đài chủ tịch	主席台	luôn	立即
vị	位	chủ tịch	主席
hội đồng	委员会，理事会	diễn ra	进行

ý tứ	含义	tránh	避免
thâm thúy	深邃	nghị luận	议论
cao siêu	高深，高超	suông	空泛
thông tin	信息，通讯	tán	闲聊
sự việc	事物，事情	rỗng	空

注释

1. một bát gì đó：一碗什么东西。...gì đó 义为某一种东西。

BÀI 42   MƯA RÀO
阵　雨

Một buổi có những đám mây lạ bay về. Những đám mây lớn nặng và đặc xịt lồm ngồm đầy trời. Mây tản ra từng nắm nhỏ rồi san đều trên một nền xám đen xịt. Gió nam thổi giật[1] mãi. Gió bỗng đổi mát lạnh, nhuốm hơi nước. Từ phía nam bỗng nổi lên một hồi khua động dạt dào. Mưa đổ xuống bên kia sông. Gió càng thêm mạnh, mặc sức điên đảo trên cành cây.

Mưa đến rồi, lẹt đẹt... lẹt đẹt... mưa giáo đầu. Những giọt nước to lăn xuống mái phên nứa: Mưa thực rồi. Mưa ù xuống khiến cho mọi người không tưởng được là mưa lại kéo đến chóng thế. Lúc nãy là mấy giọt lách tách, bây giờ bao nhiêu nước tuôn rào rào. Nước xiên xuống, lao xuống, lao vào trong bụi cây. Lá đào, lá na, lá sói vẫy tai run rẩy. Con gà sống ướt lướt thướt ngất ngưởng tìm chỗ trú. Mưa xuống sầm sập, giọt ngã, giọt bay, bụi nước tỏa trắng xóa. Trong nhà bỗng tối sầm, một mùi nồng ngai ngái, cái mùi xa lạ, man mác của những trận mưa mới đầu mùa. Mưa rào trên sân gạch. Mưa đồm độp trên phên nứa, đập bùng bùng vào lòng lá chuối. Tiếng giọt tranh đổ ồ ồ...

Nước chảy đỏ ngòm bốn bề sân cuồn cuộn dồn vào các rãnh cống đổ xuống ao chuôm. Mưa xối nước được một lúc lâu thì bỗng trong vòm trời tối thẳm vang lên một hồi ục ục ì ầm. Tiếng sấm, tiếng sấm của mưa mới đầu mùa...

Mưa đã ngớt. Trời rạng dần. Mấy con chim chào mào từ hốc cây nào đó[2] bay ra hót râm ran. Mưa tạnh, phía đông, một mảng trời trong vắt. Mặt trời ló ra, chói lọi trên những vòm lá bưởi lấp lánh.

生 词

mưa rào	阵雨	điên đảo	狂乱
đặc xịt	浓密	giáo đầu	序幕，开场白
lổm ngổm	翻滚	lăn	滚动
tản	分散	phên	竹笆
nắm	小堆	nứa	薄竹
san	摊平	ù	快速貌
nền	底儿	chóng	快
xám	灰色	lúc nãy	刚才
đen xịt	黑糊糊	lách tách	毕毕剥剥
giật	突发	tuôn	涌出
nhuốm	沾染	xiên	斜穿
khua động	翻腾，响动	na	番荔枝
dạt dào	喧腾	sói	金粟兰
mặc sức	尽力，尽量	run rẩy	颤抖
lẹt đẹt	啪嗒声	gà sống	公鸡

BÀI 42 MƯA RÀO

ướt	湿	cuồn cuộn	滚滚
lướt thướt	湿淋淋	dồn	汇集
trú	避雨	rãnh	水沟
sầm sập	哗啦哗啦	cống	阴沟
bụi nước	水气	chuôm	水塘
trắng xóa	白茫茫	xối	淋，浇
tối sầm	暗下来，黑下来	vòm	拱形
		tối thẫm	昏黑，深黑
nồng	浓	ục ục	轰鸣声
ngai ngái	味儿有点呛	ì ầm	时强时弱的轰响声
xa lạ	异样		
man mác	茫茫，漫漫	sấm	雷
đầu mùa	季节初，雨季初期	ngớt	减弱
		rạng	天亮起来
gạch	砖	chim chào mào	戴胜鸟
đồm độp	噗噗声	hốc cây	树洞
bùng bùng	嘭嘭声	mảng	一大片
ồ ồ	哗哗声	tạnh	雨停了
đỏ ngòm	暗红色	ló	露出
bề	边，面	chói lọi	光辉，耀眼

注释

1. thổi giật：突然吹起一阵风。

2. nào đó：某个。

BÀI 43   BỐN MÙA Ở VIỆT NAM
越南四季

    Có lẽ khí hậu Việt Nam là một trong những vấn đề mà người nước ngoài đến xứ sở này thường quan tâm tìm hiểu trước tiên.

    Nước Cộng hoà Xã hội chủ nghĩa Việt Nam nằm ở khu vực nhiệt đới và có gió mùa.

    Nếu bạn có dịp sống qua một năm ở Hà Nội, bạn sẽ thấy ở đó có bốn mùa rõ rệt: mùa xuân, mùa hè (còn gọi là mùa hạ), mùa thu và mùa đông. Bạn hãy giở cuốn lịch bỏ túi — cuốn lịch năm 2005 chẳng hạn — ra mà xem! Cuốn lịch có đoạn viết "Mồng 4 tháng 2 lập xuân" đấy bạn ạ! Mùa xuân được báo hiệu bằng những cơn gió mùa và những trận mưa xuân mát mẻ. Mặc dầu có những hôm trời còn hơi lạnh, nhưng cây cối đâm chồi nảy lộc và nhanh chóng xòe lá, vươn cành. Chim hót líu lo và ngàn hoa đua nở. Ngoài đồng bà con nông dân vui vẻ cấy lúa, làm cỏ, bón phân hay thu hoạch các loại hoa mầu khác. Mùa xuân là mùa của đình đám hội hè. Người Việt Nam thường ăn Tết Nguyên đán vào những ngày giáp tiết lập xuân. Do đó người ta gọi vui tết là vui xuân và năm mới âm lịch cũng được gọi là xuân mới. Những đôi nam nữ yêu nhau thường chọn ngày lành tháng tốt trong mùa xuân để tổ chức đám cưới của mình. Mùa xuân đem lại niềm vui, sức sống và hạnh phúc cho con người và muôn vật.

Mùa hè bắt đầu vào ngày mồng 5 tháng 5 và kết thúc vào ngày mồng 6 tháng 8. Mùa hè nắng nhiều, nhưng cũng mưa nhiều, mưa nắng thất thường và dữ dội. Có những ngày, buổi sáng buổi trưa trời nắng như đổ lửa, nhưng chiều và tối trời lại nổi cơn giông. Mây đen phủ kín bầu trời. Gió gào và sấm sét làm rung trời chuyển đất, rồi mưa, mưa như trút nước. Người ta gọi mùa hè là mùa mưa rào nắng lửa, kể cũng không ngoa. Không những thế, trong mùa hè, nhiều khi còn có bão nữa. Mưa và bão đã từng gây ra úng lụt, phá hoại nhà cửa, cây cối và mùa màng, mang lại thảm họa cho con người. Mùa hè ở Việt Nam khá nóng. Có ngày nóng tới 37−38 độ. Nhưng bạn đừng vội lo ngại! Vì tiếp theo những ngày nóng bức là những ngày mát mẻ với những cơn gió đông nam từ biển thổi vào. Hơn nữa, về mùa hè, bạn có thể thưởng thức nhiều loại hoa quả đặc biệt ở Việt Nam, hoặc đi nghỉ mát ở các bãi biển nổi tiếng như Đồ Sơn, Sầm Sơn, Bãi Cháy, Trà Cổ, v.v.

Ngày mồng 7 tháng 8 tiết trời chuyển sang thu. Gió heo may về. Những chiếc lá vàng lìa cành và tan tác bay theo gió. Cuối mùa thu, lúa mùa chín rộ trên khắp các cánh đồng. Bà con nông dân bắt tay vào một vụ gặt khẩn trương và phấn khởi.

Khi vụ gạo kết thúc thì cũng là lúc mùa đông bắt đầu: "Ngày mồng 7 tháng 11 lập đông". Vừa rồi có bạn hỏi: "Có mùa đông nào ở Hà Nội có tuyết không?" Thế bạn quên rồi à? Khí hậu Việt Nam có phải là khí hậu ôn đới hay hàn đới đâu. Không có tuyết, nhưng thường có những trận gió mùa đông bắc: và hễ có gió mùa đông bắc là thế nào cũng có mưa phùn rải rác. Trời trở lạnh. Tuy nhiệt độ không thấp lắm, chỉ khoảng 10－12 độ thôi, nhưng vì độ ẩm rất cao, nên người ta vẫn cảm thấy khó chịu. Ai cũng mong mùa đông chóng qua đi để được sống trong mùa xuân ấm áp và tươi sáng.

  Bạn hãy nhìn lên bản đồ Việt Nam! Nước Việt Nam trải dài trên gần 15 vĩ độ (từ 8 độ 30 bắc đến 23 độ 22 bắc), nên khí hậu miền Bắc và khí hậu miền Nam khác nhau rất rõ. Nếu bạn sống ở thành phố Hồ Chí Minh hoặc ở một địa phương nào đó thuộc Nam Bộ, bạn sẽ thấy ở đó một năm chỉ có hai mùa: mùa mưa và mùa khô. Nói chung khí hậu miền Nam ôn hòa, không đến nỗi khắc nghiệt như khí hậu miền Bắc.

生　词

vấn đề	问题	mặc dù	尽管
trước tiên	首先	đâm chồi nảy lộc	发芽吐绿
nước Cộng hoà xã hội chủ nghĩa Việt Nam	越南社会主义共和国	ngoài đồng	田地里
		bà con	老乡们，乡亲们
giở	翻开	cấy lúa	插秧
cuốn	册，本	làm cỏ	除草
lịch	日历	bón phân	施肥
bỏ túi	袖珍	thu hoạch	收获
lập xuân	立春	hoa màu	庄稼，杂粮
nghĩa là	就是说	đình đám	庙会

hội hè	游乐会，庙会	thưởng thức	欣赏，尝到
		Đồ Sơn	涂山（地名）
giáp	靠近	Sầm Sơn	岑山（地名）
tiết	节气	Bãi Cháy	斋滩（地名）
đám cưới	婚礼	gió heo may	秋风
muôn vật	万物	lìa	脱离
thất thường	失常，反常	tan tác	七零八落
giông	暴风雨	lúa mùa	晚稻
phủ	覆盖	chín rộ	全熟了
gào	呼号，咆哮	cánh đồng	田地，田野
sét	霹雳	vụ	农时
rung trời chuyển đất	震天动地	gặt	收割
		lập đông	立冬
trút	倾倒	khẩn trương	紧张
ngoa	讹	ôn đới	温带
úng	内涝	hàn đới	寒带
lụt	洪水泛滥	bản đồ	地图
phá hoại	破坏	tươi sáng	光明，美好
mùa màng	庄稼	địa phương	地方
thảm họa	惨祸	vĩ độ	纬度
lo ngại	担忧		

BÀI 44 NHỮNG CHÂN TRỜI MỚI
新领域

Cuộc đời của nhà bác học Đi-mi-tơ-ri I-va-nô-vích Men-đê-lê-ép là một tấm gương sáng chói về tinh thần tận tuỵ suốt đời cho khoa học và sự tiến bộ của loài người.

Phát minh thiên tài của ông đã mở ra những chân trời mới cho ngành hóa học. Nhờ có định luật tuần hoàn, các nhà khoa học đi tìm các nguyên tố không còn phải mò mẫm như trước nữa. Họ đã có trong tay một tấm bản đồ hết sức chính xác. Theo sự chỉ dẫn của Men-đê-lê-ép, đến nay các nhà bác học trên thế giới đã tìm thêm được 41 nguyên tố mới, trong đó có 21 nguyên tố được Men-đê-lê-ép đoán trước tỉ mỉ mọi tính chất hóa học cũng như[1] chỉ cho phương pháp tìm kiếm.

Lịch sử tìm ra 41 nguyên tố mới gặp khá nhiều vất vả, nhất là 4 nguyên tố số 43, 61, 85 và 87, nằm trong 4 ô trống cuối cùng còn lại của bảng tuần hoàn. Các nhà hóa học thường gọi việc đi tìm các nguyên tố trong các ô trống cuối cùng nói trên là "cuộc đại chiến các dấu hỏi của bảng tuần hoàn".

Từ sau năm 1940, khoa hóa học tiếp tục phát triển và các nhà bác học đã nối dài thêm bảng tuần hoàn của Men-đê-lê-ép: ngoài nguyên tố số 92, nguyên tố cuối cùng trong bảng, khoa học bắt đầu tìm ra các nguyên tố sau đó, các số 93, 94, 95... cho đến nguyên tố số 108.

Nguyên tố số 101 được đặt tên là Men-đê-lê-vi để kỷ niệm nhà bác học vĩ đại đã tìm ra bảng hệ thống tuần hoàn và năm 1969, thế giới đã long trọng kỷ niệm 100 năm ngày công bố phát minh thiên tài đó.

Khoa hóa học ngày nay, vững bước trên con đường của Men-đê-lê-ép đã vạch ra. Không sao tính hết được các chất mới đã được chế tạo nên để phục vụ con người như cao phân tử, các chất dẻo, các chất bán dẫn, thép cực rắn, sợi nhân tạo, đường tổng hợp, cao su tổng hợp... và không lâu nữa, chúng ta có thể được sử dụng cả những thức ăn tổng hợp.

Những mơ ước hoang đường trong thần thoại đang được thực hiện trong thế kỷ chúng ta. Trong một tương lai không xa, con người có thể tổng hợp các chất sống và điều khiển quá trình sống. Sẽ có những giống cây, giống vật hoàn toàn do con người tạo nên từ những chất vô sinh. Sẽ có những thứ thuốc trừ hết vi trùng, siêu vi trùng, bóp chết "con bệnh từ trong trứng"[2], làm cho con người "trường thọ". Sẽ có những thứ thuốc có thể nhuộm hồng cả một bầu trời để làm đẹp ngày Quốc khánh...

Những viễn cảnh ấy không xa xôi. Và mãi mãi những thế hệ sau sẽ không bao giờ quên ơn nhà bác học vĩ đại người Nga đã phát minh ra một trong những định luật huyền bí và cơ bản nhất: định luật tuần hoàn các nguyên tố...

生　词

Đi-mi-tơ-ri I-va-nô-vích Men-đê-lê-ép	第米特里· 伊万诺维 奇·门捷 列夫	long trọng nối dài vạch ra không sao	隆重 接长，延续 指出，揭示 无法
chân trời	领域	tính	计算
sáng chói	光辉	chế tạo	制造
gương	榜样	cao phân tử	高分子
tận tuy	鞠躬尽瘁	chất dẻo	可塑性物质
loài người	人类	chất bán dẫn	半导体
thiên tài	天才	cực	极
định luật	定律	rắn	硬
tuần hoàn	周期，循环	sợi nhân tạo	人造纤维
chỉ dẫn	指引，引导	đường tổng hợp	合成糖
mò mẫm	摸索	cao su	橡胶
ô trống	空格	tổng hợp	综合，合成
phương pháp	方法	mơ ước	幻想
bảng tuần hoàn	周期表	thần thoại	神话
còn lại	剩下的，余下的	quá trình	过程
		giống vật	动物
đại chiến	大战	vô sinh	非生物
nói trên	上述	siêu vi trùng	病毒，超微生物
tiếp tục	继续		
dấu hỏi	问号	con bệnh	病魔

trường thọ 长寿

注释

1. cũng như：在本课中，cũng như的作用同 và。
2. bóp chết "con bệnh từ trong trứng"：trứng 是 "卵"，此短语可译成 "把疾病消灭在萌芽中"。

BÀI 45   TÂY NGUYÊN HÙNG VĨ
雄伟的西原

Người dân Tây Nguyên đã ca ngợi quê hương yêu quí của mình bằng những lời thơ chứa chan tình đất nước:

Đất nước Tây Nguyên mình đẹp lắm!
Nơi in dấu chân ông bà xưa,
Voi chạy hàng đàn, cá bơi đầy suối.
Ong hút nhuỵ trăm hoa rừng thơm.
Tre ngà mọc thẳng chọc thấu trời.
Hươu sao, nai vàng gặm cỏ dưới trăng...

Vùng Tây Nguyên giàu có này chiếm một phần đất rộng lớn từ phía Tây tỉnh Quảng Ngãi đến giáp miền Đông Nam Bộ với diện đích khoảng 5 triệu hét-ta, bao gồm các tỉnh: Kon Tum, Plây-cu, Đắc Lắc và Lâm Đồng nằm trên các cao nguyên thuộc vùng đất núi lửa cũ.

Nói đến Tây Nguyên, ta nghĩ ngay đến một nơi có hình thể núi cao chất ngất, có rừng cây đại ngàn. Phần phía Nam của dải Trường Sơn[1] nằm ở đây với nhiều ngọn núi cao trên 2.000 mét, quanh năm đầu núi ẩn trong mây. Phải chờ đến những ngày trời quang nắng đẹp người ta mới nhìn rõ đỉnh núi. Bên những núi cao chót vót là những thảm rừng dây.

Có nhiều khu rừng nguyên thủy từ bao đời nay chưa in dấu chân người.

Nhưng Tây Nguyên đâu chỉ có núi cao và rừng sâu. Tây Nguyên còn có những thảo nguyên rực rỡ trong nắng dịu mùa xuân, những đồi tranh vàng óng lao xao trong gió nhẹ, cùng những quả đồi đất đỏ san sát như bát úp, nối nhau chạy tít tắp tận chân trời. Đó đây những cụm rừng xanh thẫm như những ốc đảo nổi lên thảo nguyên. Những nông trường cà phê, chè, thuốc lá... tươi tốt mênh mông. Những rẫy lúa, nương ngô bên những mái nhà sàn thấp thoáng trải dài ven bờ suối, hoặc quây quần trên những ngọn đồi. Tiếng đàn Tơ-rưng gọi mùa lúa chín và tiếng chiêng, tiếng cồng trầm hùng, sâu lắng, ngân nga gợi lên cái khí thiêng của Tây Nguyên hùng vĩ. Đó là những hình ảnh quen thuộc mà bạn nhìn thấy suốt hai bên đường xuyên qua rừng đất đỏ bao la của cao nguyên miền Tây này.

Tây Nguyên còn có sông suối ngổn ngang chằng chịt. Khi mùa hè đến, sau những trận mưa sầm sập – có khi mưa kéo dài mấy ngày liền – nước lũ cuồn cuộn đổ về. Càng đi dọc theo Tây Nguyên, bạn càng hiểu rõ thêm chính đây là nơi bắt nguồn của nhiều con sông lớn: Sông Thu Bồn xanh mướt ngàn dâu, chạy suốt tỉnh Quảng Nam, đổ ra biển ở cửa Hội An; sông Ba[2] mang dòng nước bạc tưới mát cho những cánh đồng bông và những ruộng mía bạt ngàn của Phú Yên. Rồi sông Đa Nhim, Đa Dung... Tất cả những con sông này đều bắt nguồn từ Tây Nguyên và đổ ra biển Đông.

Đừng quên nhắc đến những đàn voi yêu quí của xứ sở này. Từ bao đời nay, voi đã sát cánh cùng bà con Tây Nguyên để dựng xây và bảo vệ cuộc sống. Buổi sáng voi chờ người lên nương. Buổi chiều voi gùi lúa ngô về bản. Có thành quả lao động nào của những dân Tây Nguyên mà lại không có công lao đóng góp của những đàn voi. Rồi khi Tây Nguyên nổi dậy chống giặc giữ làng, voi đã vượt suối cõng thương binh, voi lại băng rừng tải lương tiếp đạn.

Đến thăm một buôn của Tây Nguyên, hình ảnh đầu tiên hiện ra trước mắt bạn là ngôi nhà rông³ mái cong cao vút, một biểu tượng thiêng liêng, gắn bó người dân Tây Nguyên với bản làng buôn rẫy. Những đêm đông giá rét, giữa nhà rông, bên bếp lửa hồng ấm áp, dân làng ngồi nghe già làng "hát" những bản trường ca hùng tráng và thấm đượm chất trữ tình.

Tây Nguyên giàu và đẹp bởi có núi rừng trùng điệp và những thảo nguyên mênh mông, nơi cung cấp biết bao tài nguyên và sản vật quí giá.

Cũng như bất cứ dân tộc nào trên dải đất Việt Nam, các dân tộc Tây Nguyên cần cù trong lao động, dũng cảm trong chiến đấu, chất phác và giản dị trong sinh hoạt. Người Tây Nguyên có thể sống thiếu cơm, thiếu muối, nhưng không thể, và không bao giờ thiếu tiếng đàn, tiếng hát và những điệu múa chứa chan tình cảm yêu đời. Đó chính là vẻ đẹp sâu xa và căn bản của Tây Nguyên hùng vĩ.

生 词

hùng vĩ	雄伟	tình	情感，情爱
yêu quí	珍爱，亲爱	dấu chân	足迹
chứa chan	洋溢，充满	ông bà	祖先

xưa	古时	thảm	毯子
nhuỵ	花蕊	nguyên thủy	原始
tre	竹子	thảo nguyên	草原
tre ngà	象牙竹	dịu	柔和
chọc	捅，戳	đồi	山丘
thấu	透	tranh	茅草
hươu sao	梅花鹿	vàng óng	金黄
nai	麋鹿	úp	扣着
gặm	啃	tít tắp	漫长，遥远
giàu có	富有，富足	tận	直到，尽头
Quảng Ngãi	广义（地名）	chân trời	天涯
miền Đông		đó đây	各处
Nam Bộ	南部东区	ốc đảo	绿洲
héc-ta	公顷	nông trường	农场
Kon Tum	昆嵩（地名）	cà phê	咖啡
Plây-cu	波来古（地名）	thuốc lá	烟草
Đắc Lắc	多乐（地名）	mênh mông	广阔无边
Lâm Đồng	林同（地名）	rẫy	山坡地
cao nguyên	高原	nương	山地，梯田
hình thể	形体，形状	nhà sàn	高脚屋
chất ngất	巍峨	thấp thoáng	若隐若现
đại ngàn	老林	ven	沿着
dải	带状	đàn Tơ-rưng	特隆琴
ẩn	隐	cồng	小铜锣
chót vót	高耸	trầm hùng	深厚

sâu lắng	深沉	giặc	敌人
ngân nga	袅袅	cõng	背
khí thiêng	灵气	thương binh	伤员
suốt	贯通	băng	越过
ngổn ngang	横七竖八	tải	运输
chằng chịt	纵横交错	lương	粮食
bắt nguồn	发源	tiếp	接济
Sông Thu Bồn	秋盆河	đạn	子弹，弹药
xanh mướt	碧绿	nhà rông	公房
ngàn	森林	cong	弯曲
dâu	桑树	cao vút	高耸
Quảng Nam	广南（地名）	giá rét	冰冷
cửa	河口，海口	gắn bó	紧密相连
Hội An	会安	già làng	长老
bạt ngàn	一望无际	trường ca	长诗
Phú Yên	富安（地名）	hùng tráng	雄壮
sông Đa Nhim	多泥河	thấm đượm	渗透，饱含
sông Đa Dung	多容河	chất trữ tình	抒情性
nhắc	提及	trữ tình	抒情
sát cánh	并肩	trùng điệp	重叠
dựng xây	建设	quí giá	珍贵
bảo vệ	保卫	chất phác	朴实
gùi	用筐背	muối	盐
công lao	功劳	điệu múa	舞蹈
nổi dậy	奋起	căn bản	根本，基本

注释

1. Trường Sơn：长山山脉，长约 1000 多公里，蜿蜒于越南西部，为越南与老挝的天然边界。
2. sông Ba：巴江，又名达让江（sông Đà-rằng），发源于西原昆嵩高原，全长 290 公里，流经富庆省，注入南海。
3. nhà rông：西原少数民族村民聚会的场所，类似平原地区的 đình（村亭）。

BÀI 46   VÌ SAO HOA HỒNG CÓ GAI ?
玫瑰花为什么带刺?

Ngày trước, đã lâu lắm rồi, có một người con gái xinh đẹp tại một vùng quê nọ tên là Rô-sa[1]. Nàng tha thiết yêu một người con trai, nhưng cuối cùng không thành. Vì quá buồn nên nàng đã chết. Ít lâu sau, trên mộ nàng mọc lên một cây hoa rất đẹp, tỏa hương thơm ngát, nhưng quanh thân cây lại mọc ra nhiều gai nhọn. Để tưởng nhớ nàng, nhân dân đã đặt tên cho hoa đó bằng chính tên của nàng: Hoa Rô-sa. Tiếng Việt của ta gọi là "hoa hồng".

Theo truyền thuyết, hoa hồng ra đời như thế đó. Hoa hồng là tượng trưng cho cô gái nọ, đã hóa thân thành cây hoa hồng có gai. Có phải cô gái muốn bảo vệ, chở che cho hoa, ngăn không cho ai tàn phá?

Đứng về phía khoa học, điều đó có đúng hay không, cũng gần đúng đấy các em ạ. Chả là cuộc sống đầy rẫy sự đấu tranh, giằng xé. Nếu nhìn về bề ngoài của giới tự nhiên thì hình như cây cối và động vật trên trái đất có một cuộc sống yên tĩnh, không phải lo lắng gì. Có đúng như vậy không? Ồ không đâu các em ạ, cuộc sống lúc nào cũng náo nhiệt và có cả "chiến tranh" nữa đấy.

Những khu rừng rậm rạp, những thảo nguyên bao la, những đồng cỏ bát ngát, những vách đá cheo leo, cả những thung lũng, hang sâu thẳm âm u và tăm tối... tất cả những cái đó đều là những "vũ đài", những "chiến trường" của một cuộc "đấu tranh không khoan nhượng để sống còn". Cả thực vật và động vật trên trái đất đều là những "chiến sĩ" trên bãi chiến trường mênh mông đó. Ai khỏe hơn, thích nghi hơn thì sẽ sống. Về mùa nắng, cây không có lá mọng nước dự trữ, không có rễ ăn sâu để hút nước thì sẽ héo khô vì khát. Về mùa đông, nếu không thích nghi với băng giá, cây sẽ chết vì rét... Cuộc sống là thế đó. Cây nào chống chọi được với thiên nhiên sẽ tồn tại, bằng không chúng sẽ bị xóa tên trên trái đất. Bao nhiêu thực vật trước đây rậm rạp xum xuê là thế, mà nay còn đâu.

Hoa hồng cũng chỉ là một trong số những thành viên bé nhỏ trong vô vàn các loài thực vật đang sống. Dù muốn hay không thì hoa hồng cũng phải lao vào cuộc chiến, như tất cả. Và thế là nó đã sản sinh ra một thứ vũ khí để chống lại những loài ăn thực vật. Đó chính là những gai nhọn. Nếu con vật nào mon men tới gần để ăn, nó sẽ bị gai đâm và cào đến chảy máu, thế là nó sẽ không dám đụng đến hoa hồng nữa.

Ngoài hoa hồng, còn nhiều cây khác cũng có gai như thế, cây bồ kết có cả những chùm gai lớn hơn nhiều.

Thế đấy, bây giờ thì các em hiểu vì sao "hoa hồng tuy đẹp nhưng vẫn có gai" rồi chứ?

生　词

gai　　　　刺　　　　　tha thiết　　热切

thành	成功	chiến trường	战场
mộ	墓	khoan nhượng	忍让，宽容
thơm ngát	浓香	sống còn	生存
thân	身，躯干	thích nghi	适宜，适应
truyền thuyết	传说	mọng nước	水分多
chở che	庇护	băng giá	冰冻
ngăn	阻挡，阻拦	héo khô	干枯
chả là...	不是......吗	bằng không	否则
đầy rẫy	充满	chống chọi	对抗，抵抗
giằng xé	争夺	vô vàn	无数
bề ngoài	外表，表面	xóa	擦掉
giới	界	mon men	慢慢靠近
vách đá	石崖	sản sinh	产生
cheo leo	陡峻，陡峭	cào	抓破，划破
thung lũng	山谷，盆地	đâm	刺，捅
hang	洞	bồ kết	皂荚
sâu thẳm	深邃	đụng đến	触及，碰及
âm u	阴暗	liệu	设想，估计
tăm tối	黑暗	chùm	串
vũ đài	舞台		

注释

1. Rô-sa：英语 rose 的越南语音译。

BÀI 47   CÂU CHUYỆN VỀ CON QUÁI VẬT ĂN MẤT MẶT TRĂNG
吃掉月亮的怪物

Thuở xưa, người ta khiếp sợ nhật thực hơn là nguyệt thực. Vì nếu không có mặt trời thì mặt đất sẽ tối sầm lại, giá rét sẽ trùm lên mọi cảnh vật, sự sống sẽ tắt dần. Nhiều câu chuyện còn lưu truyền đã cho rằng trên trời có một con quái vật khổng lồ mỗi năm một lần từ đâu không rõ, bay đến để ăn Mặt trời. Mồm nó rất to. Nhưng cũng chỉ vừa đủ để há hốc ra mà gặm dần Mặt trời. Nhưng lúc vừa ăn xong, Mặt trời lại chui ra đằng đuôi nó, còn con quái vật ngu dốt thì yên trí rằng đã no bụng, bay biến đi.

Bầu trời đang chan hòa ánh nắng, nhưng khi bắt đầu có nhật thực thì bỗng nhiên tối dần lại, thời tiết trở nên mát mẻ, sao bắt đầu lấp lánh trên bầu trời. Vừa lúc đó, có những hiện tượng khác thường xảy ra trên mặt đất. Súc vật hoảng hốt chạy về nhà, gà nhảy vội lên chuồng, bò rống, cừu kêu, chó sủa, chim bay về tổ. Những loài chim ăn đêm bay đi kiếm mồi. Nếu lúc bấy giờ có ai chú ý quan sát các loài động vật khác như thỏ, khỉ, chim bồ câu... thì sẽ thấy những cử chỉ khác thường của chúng: nét mặt chúng lo âu, bộ điệu chúng hoảng hốt...

Không chỉ riêng gì động vật mà loài người thời cổ xưa lúc ấy thấy nhật thực cũng kinh hoảng, tưởng rằng quái vật đã ăn mất Mặt trời. Người ta gõ trống, gõ mõ, khua nồi khua mâm, người ta la hét ầm ĩ để... xua đuổi quái vật, cứu Mặt trời.

Dần dà về sau, con người mới hiểu biết các hiện tượng đó trong thiên nhiên.

Từ lâu, người ta đã biết tính nhật thực và nguyệt thực. Sử cổ của Trung Quốc cho biết, trong các triều vua có những quan văn đã biết tính nhật thực và nguyệt thực. Trong triều đình cũng đã giao việc tính thiên văn cho một số người và khi có nguyệt thực hay nhật thực sắp xảy ra thì được loan báo cho dân chúng bằng những hồi trống giục giã...

Ngày nay người ta đã hiểu rất rõ các hiện tượng nguyệt thực và nhật thực. Nguyệt thực xảy ra khi tâm của mặt trời, trái đất và mặt trăng ở trên cùng một đường thẳng. Cần nhắc lại để các bạn biết rằng bản thân mặt trăng không thể tự phát ra ánh sáng; sở dĩ mặt trăng sáng là do sự phản chiếu của ánh sáng mặt trời. Khi xảy ra nguyệt thực chính là lúc mặt trăng đang đi vào bóng tối của trái đất nên ở trái đất nhìn lên thì thấy mặt trăng bị tối dần. Bóng tối đi trên mặt trăng chính là bóng của trái đất che khuất. Còn nhật thực xảy ra khi mặt trăng đứng vào giữa trái đất và mặt trời, làm cho cả một vùng rộng lớn trên trái đất đang là ban ngày bỗng đột ngột tối sầm lại như ban đêm. Và những người ở trái đất cũng chỉ nhìn thấy nhật thực ở những nơi nào có bóng mặt trăng in xuống mà thôi. Ở trái đất nhìn lên mặt trời thì chúng ta thấy mặt trời bị lẹm dần, đó là do mặt trăng dần dần che khuất nó.

Chắc có bạn thắc mắc tại sao mặt trời to hơn mặt trăng hàng chục

BÀI 47 CÂU CHUYỆN VỀ CON QUÁI VẬT ĂN MẤT MẶT TRĂNG

triệu lần mà lại bị mặt trăng bé nhỏ che khuất. Đây là do khoảng cách của hai thiên thể đó trong khoảng không vũ trụ. Thực ra bạn có thể lấy một đồng 5 xu để che khuất cả mặt trời khi bạn để đồng 5 xu đó sát ngay trước mắt bạn.

Đường kính mặt trời lớn gấp 400 lần đường kính mặt trăng, nhưng mặt trăng ở gần chúng ta hơn mặt trời 400 lần, cho nên ta thường thấy mặt trăng và mặt trời to như nhau.

Ngày xưa một số giáo sĩ đã sử dụng thiên văn học và dự đoán được một cách chính xác các kỳ nguyệt thực và nhật thực sẽ xảy ra trong tương lai. Họ đã lợi dụng các hiểu biết khoa học đó để lừa dối nhân dân. Họ tuyên bố các kỳ nhật thực, nguyệt thực sắp xảy ra và loan báo trước để làm tăng thêm uy tín của tôn giáo. Ngày nay người ta đã tính được thời gian nhật thực đạt tới mức chính xác đến một phần mười giây đồng hồ và người ta đã tính trước nhật thực và nguyệt thực hàng mấy chục năm sau.

生 词

thuở	时候, 时代	lưu truyền	流传
khiếp sợ	惧怕	đằng	边, 面
nhật thực	日食	ngu dốt	愚蠢
nguyệt thực	月食	no	饱
cảnh vật	景物	biến	消失
tắt	熄灭, 停息	súc vật	牲畜

xảy ra	发生	loan báo	通告，通报
nhảy	跳	giục giã	催促
hoảng hốt	惊慌	tâm	中心
chó	狗	phát ra	发出
sủa	吠	che khuất	遮挡，遮没
cừu	绵羊	đột ngột	突然
bấy giờ	当时，那时	lẹm	凹陷，缺
chim bồ câu	鸽子	lần	倍
lo âu	忧虑	khoảng cách	距离，间隔
bộ điệu	动作，姿态	thiên thể	天体
kinh hoảng	惊恐	đồng	硬币
mõ	木鱼，梆子	xu	分
khua	敲打	gấp...lần	倍
la hét	叫喊	giáo sĩ	传教士
xua đuổi	驱赶	thiên văn học	天文学
dần dà	逐渐	dự đoán	预测
sử cổ	古史	kỳ	周期
quan văn	文官	lừa dối	欺骗
triều đình	朝廷	tuyên bố	宣布
thiên văn	天文	uy tín	威信
giao	交付	tôn giáo	宗教
dân chúng	民众	phần	......分之......

BÀI 48   THĂM BIỂN
观 海

Pin! Pin! Pin!...

Chiếc xe chở đoàn học sinh của trường tôi đi thăm cảnh biển bắt đầu chuyển bánh. Chiếc xe ca trườn lên phía trước rồi lao đi vun vút.

Xe băng qua bao chặng đường dài, đi tới đâu cũng thấy hàng cây xanh tốt. Hơn ba chục người trên xe, bạn nào cũng vui mừng phấn khởi. Có bạn lần này là lần đầu tiên đi ô tô cho nên không khỏi có điều bỡ ngỡ. Có bạn lần này là lần đầu được ra biển, cho nên không thể hình dung được biển thế nào, vì thế, hình ảnh về biển rất khác nhau trong trí tưởng tượng của mỗi người.

Trên xe, các bạn nói cười rôm rả. Đến những quãng đường xấu, ai cũng lắc lư, nhưng ai cũng rất thú vị.

Xịch! Chiếc xe đỗ lại. Mấy bạn reo to:

— Biển đây rồi các cậu ơi! Thích quá!

Chúng tôi chen nhau nhảy xuống khỏi xe rồi xếp thành hàng. Thầy hiệu trưởng đi đầu, cả đoàn người đi sau thầy tiến ra bãi biển. Tiếng nói cười ríu rít. Độ mươi phút sau, biển cả mênh mông đã hiện ra trước mắt. Chúng tôi lao lên phía trước cố hít lấy gió biển trong lành, cố thu hình ảnh biển vào trong trí nhớ. Ai nấy đều¹ sung sướng và tự hào.

Nhìn ra biển xa, sóng trắng nhấp nhô từng đợt, kéo dài mãi. Rồi những lớp sóng đục ngầu từ xa lù lù tiến vào chồm lên bãi cát. Có những cột nước cao ngất đổ ầm ầm xuống. Bọt tung trắng xóa. Mấy bạn xông xáo chạy theo sóng khi làn nước giật ra², các cậu cười thích chí. Cậu nào cậu nấy³ quần áo sũng nước. Trước một cảnh trí đẹp như thế ai mà chẳng thú vị! Thầy giáo phụ trách lớp đã tập hợp chúng tôi lại thành một hàng dài để nghe giới thiệu về biển. Thầy hiệu trưởng giải thích cho chúng tôi biết: biển rộng lắm, rộng hơn đất liền rất nhiều, biển lại rất giàu có (rừng vàng biển bạc mà), khí hậu của biển rất tốt lành, biển lại là một cảnh đẹp.

Tất cả chúng tôi đều cầm sổ tay để ghi chép. Thầy hiệu trưởng vừa nói vừa chỉ tay hướng dẫn, chúng tôi đưa mắt nhìn theo cánh tay của thầy. Mọi người rất thú vị ghi lại những dòng miêu tả về biển mà thầy vừa nói: biển khi nổi sóng thì rất dữ tợn, không gì cản nổi. Có lúc biển vui, hiền từ, gợn sóng lăn tăn, và khi biển buồn thì rất trầm lặng. Có ngày trở giời, biển rì rầm, rên rỉ.

Giờ đây, cảnh biển thật là thanh bình. Ngoài khơi, từng đoàn thuyền giăng buồm đánh cá. Những cánh buồm trắng, buồm nâu căng gió chao đảo như những bướm khổng lồ. Thỉnh thoảng vài chiếc thuyền con xé nước lao vào bờ, đổ lên những đống cá to như đống rạ. Ánh nắng cuối xuân chói chang trên biển. Gió nam đã bắt đầu thổi mang theo hơi biển làm cho chúng tôi thêm khoan khoái, dễ chịu. Trên mặt biển, thỉnh thoảng lại nổi lên tiếng reo hò của bà con đánh cá. Trên bãi, mấy bạn chúng tôi đang đuổi bắt mấy chú còng hoặc nhặt ít vỏ sò, vỏ ốc để làm kỷ niệm.

Mặt biển càng về trưa càng đẹp, càng sáng. Rừng phi lao ven bờ xanh ngắt, rì rào. Thuyền lớn, thuyền con vào bờ mỗi lúc một nhiều. Người đi lại nhộn nhịp trên bãi cát. Chúng tôi mải mê ngắm biển không chán mắt. Mãi đến lúc thầy hiệu trưởng thổi còi tập hợp để chụp ảnh kỷ niệm và chuẩn bị ra về, chúng tôi mới tụm lại quanh mấy chiếc ô tô đã nổ máy xình xịch và phun khói phì phì.

Lên xe rồi chúng tôi còn ngoái cổ ra xem như luyến tiếc. Hình ảnh biển từ đây khó phai mờ đối với chúng tôi. Xe đã chạy được một quãng dài, mọi người đều im lặng suy nghĩ. Có lẽ các bạn cũng như tôi đều nghĩ: buổi tham quan hôm nay thật là bổ ích.

生　词

chuyển bánh	开动	hiệu trưởng	校长
xe ca	长途汽车	đỗ	停
hình dung	形容，想象	mươi	十个左右
vun vút	飞快	hít	吸
rôm rả	热烈，欢快	thu	收，接
trí tưởng	想象	trí nhớ	记忆
xấu	坏	nhấp nhô	起伏不平
quãng	段	đợt	层，阶段
xịch	（拟声词）	đục ngầu	浑浊
lắc lư	摇晃	lù lù	耸立在前

chồm	蹲	ngoài khơi	远海
âm âm	隆隆声	buồm	帆
bọt	沫	nâu	棕色
xông xáo	敢闯敢干	căng gió	鼓风
làn nước	波澜	chao đảo	颠簸
thích chí	惬意	bướm	蝴蝶
sũng	浸湿	đống	堆
cảnh trí	景致	rạ	稻草
phụ trách	负责	chói chang	耀眼
tập hợp	集合	còng	螃蜞
sổ tay	记本	sò	蛤蜊
ghi chép	记录	ốc	螺蛳
đưa mắt	举目	phi lao	木麻黄
ghi	记录	xanh ngắt	深绿色
miêu tả	描写	không chán mắt	看不够
dữ tợn	凶暴	còi	哨子
hiền từ	慈善，和善	tụm	聚集
gợn sóng	泛起微波	xình xịch	轧轧响
lăn tăn	涟漪	phun	喷
trầm lặng	沉静	phì phì	呼呼声
trở giời	变天	ngoái cổ	回头
rì rầm	低语	luyến tiếc	留恋
rên rỉ	呻吟	phai mờ	减退
giờ đây	现在，现时	tham quan	参观
thanh bình	平静		

注释

1. ai nấy：人人，与 đều 搭配使用，义为"人人都"，相当于 ai ai cũng。
2. làn nước giạt ra：波浪忽然后退、下落。
3. cậu nào cậu nấy：每人（表示全体）。越南语中用"名词（量词）+nào+名词（量词）+ấy（或 nấy）"的结构表示"每个……"、"个个"。

BÀI 49   SÔNG HỒNG
红 河

Người Nga hãnh diện với con sông mẹ Vônga, người Ai Cập xem con sông Nin như một món quà vô giá, một ân nhân đã cứu đất nước này thoát khỏi cảnh sa mạc, và người dân Việt chúng ta ở đôi bờ sông Hồng nhìn con sông đỏ nặng phù sa,[1] con sông "quê hương" với bao nhiêu trìu mến. Sông Hồng có nhiều công lớn đối với dân ta vì nó làm cho nông nghiệp, giao thông vận tải và nghề đánh cá sông phát triển, nhưng đồng thời cũng đã nhiều lần dâng nước làm ngập ruộng đồng và cuốn trôi nhà cửa, gây cho nhân dân ta bao đau khổ.

Sông Hồng bắt nguồn từ Trung Quốc, bắt đầu sang ta từ Lào Cai, ở đó cách biển 510km và cao hơn mặt biển 75m mà thôi. Từ Lào Cai đến Yên Bái sông chảy trong một thung lũng hẹp, hai bờ vách núi đá cao, qua nhiều thác ghềnh. Giữa dòng lô nhô nhiều khối đá nhọn hoắt, gây nhiều nguy hiểm cho những người lái thuyền không thông thạo khúc sông, không nhanh mắt, nhanh tay.

Từ Yên Bái về xuôi,[2] thung lũng rộng ra, nước chảy chậm lại và thác ghềnh không còn nữa. Thuyền bè xuôi ngược quanh năm, chở gỗ, tre, nứa, lá gồi, củ nâu và nhiều lâm sản khác về các tỉnh đồng bằng và đem muối, mắm, vải vóc lên tận những miền xa xôi ở miền núi. Nhưng đặc biệt lúc đến Việt Trì và Hà Nội, sông tỏa ra khắp đồng bằng, trở thành một hệ thống vận tải đường thủy rất thuận lợi.

Nước sông Hồng bồi đắp rất nhiều phù sa cho đồng bằng Bắc Bộ. Mỗi năm con sông thân yêu ấy tải khoảng 180 triệu tấn chất đạm, chất lân và những chất khác làm phân bón cho ruộng đồng qua các hệ thống mương máng, thủy nông do nhân dân ta xây dựng. Trong một mét khối nước lũ sông Hồng có từ 1,5 đến 3,33 kilô phù sa. Hàng năm, nếu lợi dụng được một phần trăm khối lượng phù sa đó, chúng ta sẽ có thêm một triệu tấn phân bón rất tốt, một món ăn tổng hợp có nhiều chất bổ đối với lúa, ngô và các loại hoa màu.

Sông Hồng còn là một kho cá quan trọng. Suốt từ nguồn cho đến hạ lưu, sông Hồng có đến 130 giống cá nhưng phổ biến nhất, nhiều nhất, là chép, mè, trôi, trắm.

Cá chép có thịt thơm ngon nhất trong các giống cá sông và cũng là giống cá lớn. Cá mè thường đi ngược dòng sông, để trứng ở những bãi cá phía trên Yên Bái và ở các sông Đà, sông Lô. Cá trôi cũng ngược dòng sông mà để trứng. Bãi cá trôi đẻ được nhiều người biết là ở trên sông Thao (đoạn sông Hồng chảy qua Lâm Thao, Phú Thọ). Ở đây ngư dân thường đánh được từng đàn, mỗi đàn từ 300 đến 500 kilô cá. Cá trôi thích tụ tập ở những vực sâu, nước chảy mạnh.

Sông Hồng còn nhiều giống cá khác nữa như cá măng, cá hồng, cá nheo, cá ngạnh, cá chày, v.v... Sông Hồng là một nguồn cung cấp thực phẩm quan trọng của nhân dân miền Bắc. Nhưng quan trọng hơn là nguồn cá bột (cá con) mà nhân dân ta hàng năm vớt về nuôi trong các ao, hồ, đầm, ruộng. Nghề vớt cá bột là một nghề của nhiều dân làng ven sông Hồng. Hàng năm, đến mùa vớt cá bột, dân làng ven sông chuẩn bị tấp nập sửa sang ao cá, sắm sửa xăm, vợt, thúng sơn. Nhân dân ta có rất nhiều kinh nghiệm để dự tính vụ cá bột. Nhìn màu sắc sông, nghe ve sầu kêu, xem lúa chín, v.v… để dự tính thời gian cá về đến bến. Việc vớt cá bột là một việc cần giải quyết nhanh gọn, đúng thời gian. Chỉ chậm một ngày là có thể bỏ lỡ cả vụ cá tốt, vì vậy việc theo dõi dự kiến vụ cá rất quan trọng. Ngày nay, Tổng cục Thủy sản có những tổ chức để dự báo các nước cá bột [3] cho nhân dân và cùng nhân dân tổ chức tốt việc vớt cá bột. Hàng năm sông Hồng cung cấp 700,800 triệu cá con cho nhiều tỉnh ở Bắc Bộ. Cá sẽ sinh sôi, nảy nở, trở thành một nguồn thực phẩm lớn của nhân dân ta. Ngoài ra, sông Hồng còn có khả năng cung cấp điện bằng 100 lần điện của miền Bắc nước ta hiện nay.

Rõ ràng sông Hồng gắn bó với nhân dân ta và có nhiều công. Nhưng có những năm, những mùa, sông Hồng gây tai hoạ chẳng kém gì sông Hoàng, sông Hoài ở Trung Quốc.

Về mùa lũ lớn, mực nước sông Hồng tăng lên nhiều, dòng sông chảy xiết gây ra một sức công phá mạnh làm cho đê vỡ, thiệt hại đến mùa màng, tài sản và tính mạng nhân dân. Đặc biệt trong thời Pháp thuộc, nhiều năm sông Hồng dâng nước lên cao, liên tiếp gây ra nạn lụt; đê điều thiếu chăm sóc cẩn thận nên vỡ hàng loạt làm cho nông dân ta mất ruộng, mất nhà, phải bỏ quê hương, đi làm phu đồn điền cho bọn tư bản Pháp bóc lột.

Chỉ có từ ngày Cách mạng[4] thành công, nhân dân ta làm chủ đất nước mới bắt đầu kiềm chế được sông Hồng, bắt sông dẫn nước vào ruộng theo những đường nhất định, hàng triệu mét khối đất được đắp dọc 4000km đê, án ngữ con sông hung dữ. Và sông Hồng đang dần dần ngoan ngoãn phục vụ con người miền Bắc chúng ta.

生 词

hãnh diện	光彩，荣耀	khối đá	石块
sông Vônga	伏尔加河	thông thạo	熟悉
Ai Cập	埃及	khúc sông	河段
sông Nin	尼罗河	xuôi	平原地区
vô giá	无价	cây gồi	棕榄树
ân nhân	恩人	củ nâu	薯莨
thoát khỏi	脱离	mắm	鱼露
phù sa	淤沙	vải vóc	布匹
trìu mến	疼爱，恩爱	Việt Trì	越池（地名）
công	功劳	đường thủy	水路
vận tải	运输	bồi đắp	培厚，冲积
dâng	上涨	đạm	氮
ngập	淹没	lân	磷
Lào Cai	老街（地名）	phân	肥料
Yên Bái	安沛（地名）	mương	沟渠
hẹp	狭窄	máng	槽，沟
thác	急流	thủy nông	农田水利
ghềnh	险滩		设施
lô nhô	高低不平	mét khối	立方米

kilô	公斤	đầm	潭，塘
chất bổ	养分，养料	sắm sửa	购置
nguồn	源头	xăm	小网
hạ lưu	下游	vợt	渔捞儿
phổ biến	普遍，普通	thúng	箩，筐
cá chép	鲤鱼	sơn	涂漆
cá mè	鲢鱼	dự tính	预测，预计
cá trôi	鲮鱼	ve sầu	蝉
cá trắm	草鱼	bến	岸
trứng	卵	gọn	利索
sông Đà	沱江	bỏ lỡ	错过
sông Lô	庐江	nước	次
sông Thao	滔江	dự kiến	预见
Lâm Thao	临洮(地名)	nảy nở	繁殖
Phú Thọ	富寿(地名)	thủy sản	水产
ngư dân	渔民	điện	电
tụ tập	聚集	rõ ràng	明显，清楚
cá măng	鳡鱼（黄钻）	sinh sôi	生育
cá hồng	红鱼	sông Hoàng	黄河
cá nheo	鲶鱼	sông Hoài	淮河
cá ngạnh	鮠鱼	mực nước	水位
cá chày	赤眼鳟	tai họa	灾祸
nguồn	源泉	công phá	爆破，破坏
cá bột	鱼苗	thiệt hại	损害
vớt	捞	xiết	湍急

tính mạng	性命	tư bản	资本家
đê	堤	loạt	批
liên tiếp	接连	thành công	成功
tài sản	财产	làm chủ	做主
đê điều	堤防	kiềm chế	钳制，限制
chăm sóc	照顾，维护	dẫn nước	引水
Pháp thuộc	法属	án ngữ	阻挡
làm phu	当民夫	đắp	培高
đồn điền	庄园		

注释

1. đỏ nặng phù sa：厚厚的红色冲积层。
2. xuôi：về xuôi 中的 xuôi 指平原地区。
3. các nước cá bột：每次鱼苗群出现的时间。
4. Cách mạng：指 Cách mạng tháng Tám，即越南 1945 年进行的八月革命。

BÀI 50 CHUYÊN GIA TỰ ĐỘNG
自动化专家

Ở lớp tôi có cậu Lâm mới chuyển từ trường khác đến. Lâm khá giỏi về vật lý. Một hôm, chúng tôi được nhà trường phân công làm mô hình một ngôi nhà cao 15 tầng. Nhà làm rất đẹp, đủ cả cửa kính (làm bằng giấy bóng kính), cửa sổ, thang gác; trước nhà cũng có đủ cả vườn hoa, thảm cỏ xanh rì (làm bằng bông nhuộm mực xanh). Trong nhà cũng thắp điện bằng… pin. Chúng tôi thích lắm. Tôi nói:

—Được ở ngôi nhà này thì thật là sung sướng. Không còn thiếu cái gì: đủ cả nhà bếp, nhà vệ sinh, nhà để xe ô tô...

Lâm lắc đầu mỉm cười:

—Còn thiếu một thứ quan trọng nữa: đó là nước!

Chúng tôi dễ dàng đi tới thống nhất ý kiến với nhau: Đây là mô hình nên không cần làm ống nước. Nhưng chuyện đưa nước lên những ngôi nhà cao cũng là đầu đề để chúng tôi bàn bạc với nhau.

Lâm cho biết là ở trên nóc những ngôi nhà tập thể thường có bể chứa nước. Nước được bơm lên để dự trữ, đến khi đã đầy thì có bộ phận tự động hãm lại. Cái gì có dính tới "tự động" là chúng tôi thích rồi, cho nên chúng tôi bèn đề nghị Lâm giải thích tại sao cái vòi nước ấy lại tự động hãm được.

Nghe Lâm nói thì vấn đề cũng đơn giản. Quan trọng là ở cái phao nổi, nom như quả bóng bằng tôn hàn kín. Vòi nước này không vặn như vòi nước thông thường mà ở đầu có một cái cần gắn vào phao. Thì ra cái hãm tự động này của vòi nước dựa vào nguyên tắc của vật nổi. Bình thường khi bể chứa chưa có nước, trọng lượng của phao lôi pít-tông xuống: nước cứ việc tự nhiên chảy qua vòi. Hễ mực nước trong bể dâng lên đến đâu thì phao sẽ nổi lên đến đó. Cho tới khi nào phao nổi lên đúng với mức nước đã quy định, tức thời cần sẽ đẩy pít-tông lên khép chặt vòi nước lại. Tất cả vấn đề chỉ đơn giản có thế thôi.

Sau đó Lâm kể cho chúng tôi nghe rất nhiều chuyện về tự động: tự động bán hàng, tự động hãm máy khi cần thiết v.v...

Nhưng rồi một hôm chúng tôi phải mời "chuyên gia tự động Lê Văn Lâm" tới giải quyết một vấn đề... tự động.

Số là thế này:

Hồi đầu năm cậu Niên dọn về nhà mới ở. Nhà mới xây, góc học tập của Niên thì thật đẹp, lại có cả một cái tủ sách kê ngay ngắn ở sát tường mới mê chứ! Trong tủ có tới hơn ba trăm cuốn sách. Một điều hơi lạ mới xảy ra cách đây độ một tuần là mỗi lần Niên mở khóa tủ, cánh tủ cứ "tự động" mở ra. Tính Niên lại hay quên, hễ mở tủ ra, vớ được sách là đọc ngấu nghiến, quên khóa tủ, chỉ đóng lại hờ hờ nên gián chui vào, cứ nhè gáy sách dán hồ để nhấm nham nhở nom quyển sách xấu hẳn đi.

Niên bảo Lâm:

— Hôm đầu kê tủ sách mình đã kê sát tường, đóng vào không cần khóa là nó không bao giờ tự động mở ra cả. Cậu thử làm thế nào chữa hộ mình nhé.

Tôi lại nói thêm:

—Và làm sao cho cánh cửa "tự động" đóng vào được thì chúng tớ mới có thể gọi cậu là "chuyên gia tự động" cơ!

Lâm không nói gì nhưng xem ra cậu ta cũng có vẻ suy nghĩ. Lâm bảo Niên:

—Được, cậu cứ đưa tớ về nhà!

Thế là chúng tôi kéo nhau đến nhà Niên. Lâm xem xét tủ rõ kỹ, hết mở ra lại đóng vào. Cậu ta còn lấy gạch buộc vào một sợi dây làm dây dọi để đo cái tủ. Sau đó, Lâm đứng ra phía trước tủ, gần giữa nhà, giậm chân vài cái, rồi bảo:

—Tìm ra nguyên nhân rồi! Chủ yếu là tại cái nền nhà này. Các cậu để ý có thấy gì không?

Tôi đáp:

—Nền nhà đầm chưa kỹ à?

Lâm đáp:

—Chỗ giữa này do đi lại nhiều nên nền nhà bị lún thấp xuống so với chỗ sát tường. Đây, các cậu xem.

Lâm đo dây dọi vào nóc tủ:

—Rõ ràng là bị lệch nhé!

Trước đây Niên có kê tủ sát tường nhưng bây giờ kết quả là tủ hơi bị nghiêng về phía trước. Như vậy thì trọng lượng của cánh tủ sẽ không nằm trong mặt phẳng của cánh tủ nữa mà bị lệch ra ngoài.

Niên sốt ruột hỏi:

—Giờ muốn chữa thì làm thế nào?

—Dễ thôi! —Lâm đáp —Mình làm chỉ nháy mắt là xong, nhưng

ý mình muốn phân tích cơ sở khoa học để chúng ta cùng nắm được.

Thấy Lâm cầm hai mảnh gỗ nhỏ, tôi biết ngay là Lâm định kê xuống chân tủ phía trước cho cân bằng rồi.

Niên vội bảo Lâm:

— Mình muốn cậu chữa cánh tủ thành "tự động" đóng lại sau khi mình lấy sách ra cơ.

— Thì cũng chẳng khó gì — Lâm chọn hai mảnh gỗ khác cao hơn kè xuống dưới hai chân tủ phía trước. Đo dây dọi thấy rõ cái tủ hơi ngả về trong. Quả nhiên sau đó, hễ chúng tôi mở cửa tủ ra, buông tay, cánh tủ lại "tự động" đóng lại. Từ đó chúng tôi gọi Lâm là "chuyên gia tự động".

生 词

chuyên gia	专家	lắc	摇
tự động	自动化	đi tới	达到
phân công	分工	ý kiến	意见
mô hình	模型	đầu đề	题目
kính	玻璃	bàn bạc	讨论
giấy bóng kính	玻璃纸	nóc	顶部
xanh rì	青翠	bể chứa nước	蓄水池
thắp điện	电照明	bơm	泵入
pin	电池	bộ phận	部分
nhà vệ sinh	卫生间	hãm	煞住

dính tới	关连	gián	蟑螂
vòi nước	水龙头	nhè	向着
phao	浮标	gáy sách	书脊
tôn	铁皮	hồ	浆糊
hàn	焊接	nhấm	用牙咬
cần	杠杆	nham nhở	斑斑点点
gắn	连接	chữa	修理
nguyên tắc	原则	rõ kỹ	非常仔细
trọng lượng	重量	xem xét	观察
pít-tông	活塞	buộc	绑住
cứ việc	随意	hết…lại…	干完这个干那个
lôi	拉	giậm	踩
hễ	只要	dây dọi	垂线
tức thì	立即	chủ yếu	主要
đẩy	推	nguyên nhân	原因
khép	掩上	để ý	留意
chặt	紧	đâm	打夯
số là	原因是	lún	下陷
dọn	搬迁	lệch	歪斜
mê	真叫棒	mặt phẳng	平面
khóa	锁	cầm	拿
vớ	捞到	mảnh	片
ngấu nghiến	不停的	ngã	倾斜
đóng	关上	buông tay	放手
hờ	不严实		

BÀI 51 HÀ NỘI, HUẾ, SÀI GÒN
河内、顺化、西贡

Hà Nội, Huế, Sài Gòn là ba thành phố lớn của nước ta. Hà Nội, thủ đô ngàn năm văn vật, Huế ở miền Trung, kinh đô của phong kiến nhà Nguyễn trước kia, và Sài Gòn, hòn ngọc của Viễn Đông, thành phố lớn nhất ở Việt Nam.

Con sông Hồng, nước xiết đỏ nặng phù sa, chảy ven Hà Nội; con sông Hương đi vào giữa lòng Huế, in bóng thành quách, phố phường, chợ búa trên dòng sông và con sông Sài Gòn uốn qua thành phố, lòng sông nhỏ hẹp nhưng rất sâu, thủy triều lên xuống, tàu bè đi lại tấp nập, rộn ràng, hai bên bờ là kho hàng, bến cảng.

Hà Nội trải qua gần ngàn năm lịch sử, Huế chỉ trên dưới hai trăm năm và Sài Gòn, tuổi đời khoảng độ ba trăm năm.

Trong gần 10 thế kỷ, Hà Nội có nhiều đổi thay, thay đổi do khói lửa chiến tranh, nhưng vẫn giữ được vẻ đẹp tươi và anh dũng của một thủ đô đời đời phồn thịnh trên đất nước anh hùng. Chính cũng vì vậy mà Hà Nội mới tự hào với bao nhiêu di tích lịch sử, với công trình văn hoá cổ kính. Văn Miếu, trường "đại học" thuở xưa với 82 bia đá ghi tên 1111 ông nghè trong những kỳ thi của hơn ba thế kỷ dưới chế độ phong kiến;

chùa Một Cột, như một bông hoa sen dựng thời nhà Lý.

Huế cũng có những di tích lịch sử. Đó là những cảnh đền đài, thành quách uy nghi rồng phượng,[1] thành trong thành ngoài, hào sâu, cung điện vàng son rực rỡ, tòa ngang dãy dọc[2] nguy nga. Nào điện Cần Chánh, nào điện Kiến Trung, nào điện Thái Hòa, điện nào cũng đồ sộ, cột to, chạm rồng uốn khúc, sơn son thếp vàng... Tất cả những công trình ấy đến nay vẫn được nhân dân nâng niu, gìn giữ vì đó là sản phẩm của bàn tay và khối óc nhân dân lao động chúng ta.

Sài Gòn, ngược lại, ít di tích lịch sử vì sớm bị bọn thực dân Pháp dùng làm trung tâm chính trị và kinh tế của chúng. Ngày nay Sài Gòn có tên mới là thành phố Hồ Chí Minh.

Cả ba thành phố lại còn nhiều cảnh đẹp. Hà Nội có hồ Tây, vườn Bách Thảo, Huế có hồ Tĩnh Tâm, đàn Nam Giao và bao nhiêu lăng tẩm, Sài Gòn có vườn Bách Thú, công viên Tao Đàn, còn có những khu chợ lớn tấp nập, đó là chợ Bến Thành, chợ Bình Tây, chợ Cầu Ông Lãnh... Nhưng cả ba thành phố đều có nhiều nét khác biệt.

Hà Nội là cả một công trường, nhà mọc lên như nấm, từng hàng, từng tầng cao chót vót với hàng ngàn buồng; những nhà máy cơ khí, cao su, xà phòng, thuốc lá, nhà máy dệt, nhà máy chè, nhà máy bánh kẹo, nhà máy pin, nhà máy văn phòng phẩm v.v... suốt ngày đêm nhả khói. Những công trường xây dựng các khu nhà ở mới, xây dựng các nhà máy mới, rộn ràng hoạt động khắp cả bốn phương trời Hà Nội. Vôi vữa, cần cẩu, ô tô, gỗ, sắt, tảng bê tông, máy sàng sỏi đá v.v... ngổn ngang khắp các công trường. Hà Nội đổi mới từng ngày, từng giờ.

Ngược lại, Huế không có cái sôi nổi như thành phố công nghiệp Hà

Nội, cũng không có cái ồn ào, inh ỏi như bến cảng Sài Gòn. Ở đây, cái bao trùm là không khí êm mát, màu sắc thanh tú, giọng nói nhẹ nhàng. Dòng sông Hương là linh hồn của Huế. Những con thuyền lững lờ trôi, những điệu hò trầm bổng, tiếng hát tuyệt diệu như đưa tâm hồn lên chơi vơi cùng với cảnh mây, trời, nước mênh mông làm cho Huế thêm mỹ lệ.

Sài Gòn cũng có khá nhiều nhà máy, xưởng thợ, hãng buôn. Những nhà máy xay, nhà máy cưa suốt ngày bụi mù và thơm thơm mùi gạo, mùi gỗ; những nhà máy thuốc lá, nhà máy ép dầu, xưởng đóng tàu hoạt động cũng rất mạnh. Cách biển 80km, Sài Gòn vẫn là một hải cảng, tàu lớn, tàu bé, tàu 2 vạn tấn đi lại như thường. Hai bên dọc sông, trên các bến, các nhà kho chứa hàng mọc lên san sát. Cảnh hoạt động trên bến, dưới sông ồn ào, tấp nập. Tiếng tàu chạy xình xịch, tiếng ô tô chuyển vận hàng hóa, tiếng rú của các tàu bè, tiếng công nhân khuân vác gọi nhau... tạo nên một khung cảnh nhộn nhịp, ồn ào, ầm ĩ khó tả. Từ Sài Gòn, gạo, cao su tỏa đi các nước lân cận và sang mãi châu Âu, châu Mỹ. Từ Lào và Cam-pu-chia, các sản vật quý giá đều mượn cảng Sài Gòn để xuất cảng. Từ các tỉnh, các miền của Nam Bộ, đổ về Sài Gòn hoa quả, gạo, trâu bò, lợn gà và nhiều thứ khác. Sài Gòn chẳng kém gì các hải cảng lớn ở châu Á. Sài Gòn lại nối liền với Chợ Lớn, sát với Gia Định, làm Sài Gòn thêm to, rộng, bề dài đến 18km và bề rộng 10km.

Hà Nội, Huế, Sài Gòn còn khác nhau khá nhiều trong một số điểm khác. Nhưng cả ba thành phố đều có những kỷ niệm sâu sắc đối với cách mạng. Hà Nội là nơi đáng hãnh diện nhất, có quảng trường Ba Đình lịch sử, nơi mà ngày mồng 2 tháng 9 năm 1945, Bác Hồ đã đọc bản Tuyên ngôn độc lập, khai sinh ra nước Việt Nam Dân chủ Cộng hoà. Huế lại là nơi Bảo Đại, nhà vua cuối cùng của triều đại phong kiến trao lại ấn kiếm —tượng trưng cái uy quyền phong kiến —cho phái đoàn chính phủ cách mạng; lá cờ vàng rũ xuống, lá cờ đỏ sao vàng rực rỡ kéo lên, hiên ngang, pháp phới; còn Sài Gòn, cách đây hơn 50 năm đã chứng kiến người thanh niên ưu tú nhất của dân tộc Việt Nam —Hồ Chí Minh —từ thành phố này dời Tổ quốc ra nước ngoài hoạt động cho công cuộc giải phóng dân tộc...

生 词

Sài Gòn	西贡	bia	碑
ngàn năm văn vật	文明古老	ông nghè	进士
kinh đô	京都	chế độ	制度
nhà Nguyễn	阮朝	nhà Lý	李朝
Viễn Đông	远东	đền đài	寺庙
sông Hương	香江	uy nghi	威仪
thành quách	城郭	rồng phượng	龙凤
thủy triều	潮水	hào	壕
tàu	船	vàng son	油朱贴金
bến	码头	điện Cần Chánh	勤政殿
cảng	港	điện Kiến Trung	建中殿
đổi thay	变化	điện Thái Hoà	太和殿
phồn thịnh	昌盛	sơn son thếp vàng	油朱贴金
Văn Miếu	文庙	nâng niu	爱护

sản phẩm	产品	bao trùm	覆盖
hồ Tây	西湖	êm mát	宁静
vườn Bách Thảo	百草园	thanh tú	清秀
hồ Tĩnh Tâm	静心湖	giọng nói	语调
đàn Nam Giao	南郊坛	dòng	水流
vườn Bách Thú	动物园	linh hồn	灵魂
công viên Tao Đàn	骚坛公园	lững lờ	慢悠悠
chợ Bến Thành	滨城集	điệu	音调
chợ Bình Tây	平西集	hò	号子
chợ Cầu Ông Lãnh	翁岭桥集	trầm bổng	抑扬
khác biệt	不同	tuyệt diệu	绝妙
công trường	工地	chơi vơi	悬空
mọc lên như nấm	如雨后春笋般涌现	mỹ lệ	美丽
		xưởng thợ	小工厂
nấm	蘑菇	hãng buôn	商行
xà phòng	肥皂	xay	碾,磨
vôi	石灰	bụi mù	粉尘弥漫
vữa	灰浆	ép dầu	榨油
cần cẩu	吊车	hải cảng	海港
tảng	大块	như thường	照常
bê tông	混凝土	chuyển vận	转动
sàng	筛	khuân vác	搬运
sỏi	卵石	khung cảnh	环境
ồn ào	闹闹嚷嚷	lân cận	邻近
inh ỏi	喧闹	châu Mỹ	美洲

Lào	老挝	mượn	借
Cam-pu-chia	柬埔寨	xuất khẩu	出口

注释

1. thành quách uy nghi rồng phượng：指雕龙画凤的城郭威严壮观。
2. tòa ngang dãy dọc：即 tòa nhà, dãy nhà ngang dọc，一排排的建筑纵横交错。